Tạp ghi người Việt "mới"

TẠP GHI NGƯỜI VIỆT "MỚI"
Điệp Mỹ Linh

Bìa: Uyên Nguyên Trần Triết
Dàn trang: Huỳnh Hồng
NHÂN ẢNH xuất bản 2024

ISBN: 9798869392893

Điệp Mỹ Linh

Tạp ghi người Việt "mới"

NHÂN ẢNH 2024

GIỮA BA CỰU THÙ

Trong khi tìm tin tức online, tôi thấy vài tin cũ rất dễ thương về việc nhân viên công lực Hoa Kỳ thường chặn xa lộ để từng đoàn elk – loại thú giống như nai, nhưng thân hình cao, lớn hơn và màu lông nhạt hơn – băng qua đường.

*.- 7 News WSVN, Feb./03/2023: Nhân viên công lực của Sở Giao Thông Vận Tải Utah – tạm thời – ngăn chặn tất cả mọi di chuyển trên xa lộ gần Salt Lake City để giúp khoảng 40 con elk băng qua đường một cách an toàn.

*.- Trên KPRC Click2Houston, April/10/2023 lúc 3:04PM: *"...We first moved the herd which was approximately 150 elk that were south of exit 80 on interstate 15. We then moved to the northern herd which was approximately 389 elk...this herd split but we were still able to get them across safely..."*

*.- Arizona, thành phố Flagstaff, Jan./02/2016 lúc 6:44PM, KPNX Staff tường thuật: *"...Two police cars had to block off both sides of the 45 mph section of the highway so the herd of elk could safely cross".*

Không phải bây giờ tôi mới biết đa số người Mỹ chỉ ăn những loài gia cầm mà tạo hóa đã dành riêng cho loài người, như heo/bò/gà/vịt/cá/tôm/cua, v.v... Từ thời tháp tùng Giang Đoàn 26 Xung Phong hành quân dài hạng tại U-Minh, tôi đã thấy một tình cảnh cứ làm ray rức hồn tôi suốt bao nhiêu năm dài!

Trong cuộc hành quân hỗn hợp tại U-Minh/Chương Thiện, không hiểu vì lý do gì – những bí mật về quân sự tôi hoàn toàn không được biết – cả đoàn chiến đỉnh của Giang Đoàn 26 bị "kẹt" trong vùng hành quân suốt hơn hai tuần lễ. Các anh hỏa đầu vụ không thể đi chợ mua thức ăn. Tất cả sĩ quan, hạ sĩ quan, thủy thủ đều phải ăn cơm với nước mắm.

Riêng đại úy cố vấn Ricky Taylor, tuần lễ đầu, còn đồ hộp – thường gọi là C-ration hoặc là Ration C – chia cho mỗi người một tý. Tuần thứ hai, Ricky phải ăn cơm với muối; vì Ricky không chịu được mùi nước mắm.

Sau hơn một tuần, nước mắm cũng hết. Anh hiệu tín viên phải gọi các chiến đỉnh, hỏi chiếc nào còn nước mắm, đem đến chiếc Command 01 cho Metro – danh hiệu truyền tin của Hải Quân thiếu tá Hồ Quang Minh, Chỉ Huy Trưởng Giang Đoàn 26 Xung Phong – ăn cơm.

Nhân viên truyền tin trên các chiến đỉnh đáp rằng nước mắm đã hết, họ cũng phải ăn cơm với muối từ nhiều ngày qua!

Trong tình cảnh như thế, vào một buổi chiều, khi tiếng súng giao tranh thưa dần và chiếc trực thăng tải thương cuối cùng vừa rời vùng lửa đạn, một chiếc Fom cặp vào chiếc Command 01. Một anh thủy thủ, tay cầm bao cát, từ chiếc Fom bước sang chiếc Command 01.

Thấy thiếu tá Minh và đại úy Ricky đang vừa nhìn bảng đồ hành quân vừa bàn luận về những điểm đổ quân mà đoàn chiến đỉnh sẽ phải vận chuyển Bộ Binh đến đổ bộ vào sáng hôm, anh thủy thủ yên lặng, đứng chờ.

Sau khi thiếu tá Minh và đại úy Ricky bàn thảo xong, xếp bảng đồ lại, anh thủy thủ bước đến, đưa tay chào thiếu tá Minh rồi lấy con rùa từ bao cát ra. Vừa để con rùa trên sàn chiếc Command 01 anh thủy thủ vừa trình bày sự việc: Nhân viên chiếc Fom bắt được con rùa, bảo anh thủy thủ này đem qua chiếc Command 01 để anh hỏa đầu vụ của Command 01 nấu cho thiếu tá Minh ăn; vì biết thiếu tá Minh phải ăn cơm với muối trong nhiều ngày qua.

Thiếu tá Minh từ chối, vì chỉ một con rùa, do nhân viên chiếc Fom bắt, nên để nhân viên chiếc Fom ăn. Giữa khi anh thủy thủ chưa biết phải hành động như thế nào, đại úy Ricky hỏi thiếu tá Minh về sự xuất hiện của con rùa.

Sau khi thiếu tá Minh giải thích, đại úy Ricky cứ lập đi lập lại: *"Let it go, please, sir!"*

Thiếu tá Minh bảo anh thủy thủ:

- Thôi, mày thả nó đi!

Anh thủy thủ thở dài, bắt con rùa, bước ra cửa, khom xuống, nhẹ nhàng thả con rùa vào dòng nước.

Đại úy Ricky cười rạng rỡ.

Nhìn nụ cười của đại úy Ricky rồi nhớ lại những lần đoàn chiến đỉnh neo giữa sông Cái Lớn – để khỏi bị người nhái Việt cộng lặn ra gài mìn – tôi thường gợi chuyện để nghe đại úy Ricky kể về nếp sống, văn hóa và đạo đức của người Mỹ. Đa số người Mỹ chỉ ăn những sinh vật như: Heo/bò/gà/cá/tôm/cua thôi.

Vì thế, dù trong chiến tranh, một con thú không phải là loại gia cầm hoặc không nguy hiểm cho con người, người Mỹ cũng không muốn giết. Ngược lại, người cộng sản Việt Nam (csVN) và Trung cộng thì triệt để nêu cao và thi hành khẩu hiệu: "Giết lầm hơn tha lầm", chiến thuật "biển người" và "xa luân chiến"!

Người csVN cổ xúy, khích động căm thù "Đánh Mỹ đến người Việt Nam cuối cùng"! Tôi không hiểu "tác giả" của khẩu hiệu đầy man rợ này có được tý kiến thức nào về khả năng quân sự của Hoa Kỳ hay không?

Mãi đến June/2023, thấy trên Light Wave Reports, by Belal Awad câu này: *"Beijing is telling the U.S.: 'We are willing to die to the last Chinese for Taiwan. You*

Americans are not.'" tôi mới suy ra được nguồn gốc của câu "Đánh Mỹ đến người Việt Nam cuối cùng" xuất phát từ Trung cộng!

Người csVN nhận vũ khí và tuân lời Trung cộng để đánh Mỹ. Từ ngày Mỹ rút quân cho đến nay – 1975-2023 – không những người Việt và thân nhân của người csVN "tràn" qua Mỹ mà văn hóa của "đế quốc Mỹ" cũng được người csVN trong nước tận dụng, như: Lễ Halloween và thanh niên trong nước bắt chước thanh niên Hoa Kỳ, khi cầu hôn, thanh niên quỳ một chân xuống, trước mặt người yêu, để dâng sính lễ và lời cầu hôn – không cần có sự hiện diện của Cha Mẹ/họ hàng hai bên.

Miền Nam Việt Nam bị Mỹ "đô hộ" nhưng người miền Nam Việt Nam vẫn giữ nếp sống văn hóa Việt Nam và tập quán cổ truyền chứ không bị "mất gốc"!

Hành động "mất gốc" của một số người Việt trong nước làm cho tôi buồn bao nhiêu thì hành động **thiếu lễ độ của Trung cộng trong vấn đề ngoại giao đối với Hoa Kỳ làm cho tôi xem thường "anh Xi" – lãnh tụ của Trung cộng – bấy nhiêu! Ngôn từ hạ cấp của Trung cộng được tường thuật trên MarketWatch by Steve Goldstein, Aug./18/2023 lúc 7:02AM CDT, như thế này: *"From the state-run China Daily, the cartoon shows a drug-addicted Uncle Sam being injected with a dose of higher interest rates."* "Anh Xi" đừng ngụy biện rằng đây là hành động của state-run China Daily chứ không phải thâm ý từ "anh Xi"; vì Trung** cộng không phải là một quốc gia có tự do báo chí/tự do ngôn luận, như Hoa Kỳ!

"Anh Xi", một mặt thì xúc phạm lãnh tụ của Hoa Kỳ một mặt thì xâm nhập không phận Hoa Kỳ bằng spy baloon; xâm phạm lãnh thổ Hoa Kỳ khi thành lập nhiều cơ quan cảnh sát Trung cộng – có vũ khí – tại vài thành phố lớn của Hoa Kỳ; kiến tạo The illegal Chinese bio lab in California.

Theo Washington Examiner, Aug./10/2023 lúc 1:31PM, Zachary Faria tường thuật: *"The lab, which was operating secretly and unpermitted in Reedley, California, was dealing with at least 20 infectious agents, including HIV, hepatitis, and herpes, though lab workers claimed the lab was making only pregnancy tests and COVID-19 tests. Prestige Biotech, the Chinese company that took over Universal Meditech and set up shop at the warehouse in Reedley, had its COVID tests recalled earlier this year."*

Tôi không biết thái độ của Hoa Kỳ đối với Trung cộng như thế nào về những hành động như tôi đã liệt kê ở phân đoạn trên.

Nhưng, bất ngờ, thấy một tin cũ trên Businessinsider, tựa đề *"Mexico replaced China as America's top trade buddy — and it shows how the global economy is rapidly transforming, Aug./20/2023 lúc 8:54 AM CDT by Cork Gaines,"* tôi mới hiểu được nguyên nhân phát xuất câu nói thiếu lễ độ/kém ngoại giao của Trung cộng dành cho Uncle Sam có nguyên nhân từ hai câu này:

- *US trade with China has been edging lower since 2018, except for a spike during the pandemic.*

- *US supply chains are changing after former President Trump launched a trade war against China.*

Sau đó, không hiểu có phải Trung cộng lo ngại vì đã bị Hoa Kỳ "hất cẳng" và nhiều đại công ty ngoại quốc cũng "rút" khỏi Trung cộng làm cho nền kinh tế của Trung cộng "lung lay" hay không mà – chỉ vài tháng sau khi Trung cộng "lên giọng kẻ cả" với Hoa Kỳ – Nov./15/2023 lúc 4:44AM, trên Associated Press, Huizhong Wu tường thuật: *"The Chinese people will never forget an old friend, and that's an important message we want to send to the American people,..." the official Communist Party newspaper People's Daily said in its overseas edition on Wednesday."*

Không những giới truyền thông Trung cộng "đổi giọng" đối với Hoa Kỳ mà "anh Xi" cũng trở nên "nhũn nhặn" trong thời gian thăm viếng Hoa Kỳ và khi trực tiếp hội đàm với Tổng Thống Joe Biden.

Theo Alexander Panetta tường thuật trên CBC News Posted: Nov./16, 2023 6:42 PM CST: *"... Xi said China has no intention of fighting a war, either a cold war or a hot war." Despite their historical tensions, he said the giants must coexist.*

"Planet Earth is big enough for the two countries to succeed," Xi said. "We shoulder heavy responsibilities — for the two peoples, for the world, and for history."

Trên đây là lời của "anh Xi". Nhưng – cũng trong bài báo kể trên – Alexander Panetta cho biết hành động của "anh Xi" hoàn toàn trái ngược với những gì "anh Xi" đã nói. *"U.S.-China Economic and Security Review Commission cited escalating rhetoric from Xi; instructions to his military to be ready for combat; new conscription and reservist laws allowing faster mobilization; a 7.2 per cent increase in defence spending; upgraded air-raid shelters; a new wartime emergency hospital across the strait from Taiwan; and a plan to grow more grain, in case conflict halts foreign imports."*

Đấy, chỉ vài phân đoạn trong bài báo đó thôi mà ai cũng có thể nhận ra hành động tráo trở và thâm độc của Trung cộng.

Đề cập đến âm mưu thâm độc của Trung cộng, tôi chợt nhớ lại tình cảnh đã xảy ra trên sông Dương Tử vào thập niên 90, khi Minh và tôi du lịch Trung cộng.

Trong buổi chiều nhạt nắng, chiếc du thuyền nhỏ đưa du khách xuôi dòng phù sa lặng lờ giữa hai bờ đá cao của sông Dương Tử. Khi du thuyền đến đập nước – tôi không nhớ tên – chận ngang sông Dương Tử, trong khi mọi người vừa chỉ đập nước vừa bàn tán xôn xao, tôi khóc; vì tiếc thương những người lính Việt Nam Cộng Hòa (VNCH) đã xã thân tại U-Minh/Chương Thiện/Vùng IV Chiến Thuật, quyết giữ an ninh cho vựa lúa miền Nam! Minh cố nén giận nhưng vẫn phải "chửi thề": *"Mẹ bà nó! Nó 'làm cái điệu này', Việt Nam làm sao sống được, Trời?"*

Vựa lúa của Việt Nam đã, đang và sẽ từ từ bị ngập nước mặn; vì Trung cộng xây nhiều đập nước vĩ đại trên thượng nguồn để ngăn phù sa.

Pháp đô hộ Việt Nam, nhưng, dân tộc Việt Nam chịu ơn linh mục Alexandre De Rhodes – người sáng lập chữ Quốc ngữ – và Pháp cũng đã để lại Việt Nam nhiều ngôi trường vang danh vùng Đông Nam Á.

Mỹ "xâm lược" Việt Nam, Đệ Thất Hạm Đội Hoa Kỳ túc trực tại Biển Đông thì Biển Đông đúng là Pacific Ocean (Thái Bình Dương). Trung cộng không dám "hó hé".

Mỹ rút quân năm 1973 thì 1974 Trung cộng chiếm Hoàng Sa của VNCH; sau đó Trung cộng chiếm trọn Biển Đông – trước mặt của nước Việt Nam.

Nước Việt Nam hiện nay: Bề mặt – hướng ra Biển Đông, bị Trung cộng "án ngữ"; phía Bắc, Việt Nam giáp giới với Trung cộng; phía Nam, vựa lúa của Việt Nam đã/đang/sẽ bị ngập mặn vì Trung cộng xây nhiều đập nước trên thượng nguồn.

Việt Nam đang bị Trung cộng bao vây cả 03 mặt! Thoát được không?

Sau đây là chi tiết về các đập nước. Theo The Diplomat May/08/2020, Philip Citowicki tường thuật: *"The report provides evidence to back up concerns that Chinese dams have held water from the Mekong to fill local reservoirs for long-term storage. China has constructed 11 giant dams along the mountainous territory of the Upper Mekong to sustain its ever-increasing energy needs."*

Thời cận đại, chính 11 đập nước vĩ đại do Trung cộng xây trên thượng nguồn đã "thắt họng" nguồn sống của vựa lúa miền Nam Việt Nam! Còn những lần Bắc thuộc xưa, Trung Hoa đã lưu lại Việt Nam một câu của ông Khổng/ông Mạnh/ông Trang/ông Lão nào bên Tàu để đọa đày không biết bao nhiêu thế hệ phụ nhữ Việt Nam! Câu ấy như thế này: *"Trai năm thê bảy thiếp; gái chính chuyên một chồng!"*

Từ ngàn xưa, Trung Hoa đã cố tình làm xáo trộn xã hội Việt Nam và không hề che dấu ý định thôn tính Việt Nam bất cứ lúc nào và bằng phương tiện gì!

Ngày nay, Trung cộng đã bao vây Việt Nam cả ba mặt mà không một cấp lãnh đạo nào của csVN tỏ thái độ!

Ngược lại, trong thời gian gần đây, đã hai lần Tổng Tống Joe Biden công khai gọi "anh Xi" là *dictator!*

Giữa 03 cựu thù: Thực dân Pháp/đế quốc Mỹ/ Trung cộng, kẻ nào đáng để dân Việt Nam phải hy sinh "đánh đến người Việt Nam cuối cùng"?

HAI TÊN ĐỒ TỂ

Tôi thấy Newsweek trên internet bài viết với tựa đề: *"Putin Can Still Visit These Major Countries After ICC Arrest Warrant"* by Brendan Cole, lúc 9:03AM EDT Mar/18/23.

Tò mò, tôi đọc tiếp: *"The International Criminal Court's (ICC) decision to issue an arrest warrant for Vladimir Putin theoretically isolates the Russian president from two-thirds of the world, but it still leaves a significant number of countries that he can visit."*

"The arrest warrants for Putin, and Russia's commissioner for children's rights, Maria Alekseyevna Lvova-Belova, were linked to the forced deportation of children during the war from Ukraine to Russia, where many have been adopted by Russian families..."

Đọc đến đây, tôi buồn quá và tự hỏi: Nếu thập niên 50/60 và đầu 70 của thế kỷ 20, phương tiện truyền thông thế giới cũng tối tân và được phổ biến rộng rãi khắp nơi như ngày nay thì ông Hồ Chí Minh đã bị thế giới lên án nặng nề – như bây giờ ông Putin đang bị – thì mấy triệu người Việt Nam, cả Nam lẫn Bắc, đâu phải chết thảm trong cuộc chiến tàn ác/khốc liệt/dai dẳng do ông Hồ Chí Minh khởi động và chủ xướng theo lệnh của Trung cộng để cộng sản Việt Nam (c.s.V.N.) được Trung cộng yểm trợ vũ khí cho mục đích cưỡng chiếm miền Nam Việt Nam, qua chiêu bài chống Tây/chống Mỹ!!

Cuộc xâm lăng của Nga vào Ukraine cũng dữ dội vô cùng. Trẻ em từ Ukraine bị đưa sang Nga để người Nga nhận làm con nuôi!

Còn trẻ em Việt Nam trong hai cuộc chiến c.s.V.N. chống Tây và chống Mỹ thì sao?

Chỉ có Trời mới xác định được bao nhiêu trẻ em chăn trâu/chăn bò đã bị c.s.V.N. bắt gia nhập "bộ đội ông Hồ". Lúc internet vừa mới ra đời, c.s.V.N. đã có hình và ghi rõ tên họ các em bé đó ôm súng, trong danh sách dài mà c.s.V.N. gọi là "đồng chí nhí".

Điệp Mỹ Linh đã lên án gắc gao về hành động vô nhân đạo của c.s.V.N. đã tận dụng trẻ em trong cuộc chiến. Điệp Mỹ Linh cũng chế nhạo danh từ kép "đồng chí nhí". Nay, c.s.V.N. đã đổi thành đồng chí "anh hùng dân tộc nhỏ tuổi"; và danh sách "anh hủng dân tộc nhỏ tuổi" cũng bị cắt ngắn rất nhiều; hình ảnh "đồng chí nhí cầm súng" cũng bị c.s.V.N. lấy khỏi Google. Vì thế, tôi chỉ tìm được một số tên tuổi của các em vị thành niên bị đã c.s.V.N. chiêu dụ, đưa vào chỗ chết, như:

-.* Kim Đồng, tên thật là Nông văn Dền, tử trận lúc 14 tuổi.

-.* Vừ A Dính, 13 tuổi.

-.* Dương Văn Nội, tử trận lúc 15 tuổi.

-.* Kơ-Pa Kơ-Lơng, 13 tuổi.

-.* Hồ Văn Mên, 13 tuổi.

-.* Võ Thị Sáu, 12 tuổi.

-.* Nguyễn Bá Ngọc, học sinh lớp 4B, v.v...

Link: http://c1baokhetp.hungyen.edu.vn/tin-tuc-su-kien/guong-mot-so-anh-hung-dan-toc-nho-tuoi-cua-nuoc-viet-nam-ta.html

Độc giả có thể nhớ được nhiều chi tiết trong vài bài trước mà tôi phải lập lại trong bài này; chỉ với mục đích để các thế hệ trẻ Việt Nam được hiểu rõ rằng: Pháp đô hộ Việt Nam, nhưng người Việt chịu ơn hai người Pháp rất nhiều.

Người ơn thứ nhất là ông Alexandre de Rhodes, người đã có công sáng tạo ra chữ quốc ngữ để người Việt khỏi phải lệ thuộc vào chữ Hán của Trung Hoa. Sau khi trả độc lập cho Việt Nam, người Pháp cũng đã để lại nhiều ngôi trường vang danh cho đến ngày nay.

Người ơn thứ hai là nhà bác học Alexandre J. E. Yersin, người đã tìm ra sông Đồng Nai và biến vùng núi hoang sơ thành thị xã Dalat cùng với nhiều khám phá về y tế/khoa học.

Pháp/Mỹ đô hộ Việt Nam mà người Việt mang ơn hai người Pháp; vì có chữ viết riêng, tìm được tài nguyên mới và được tiếp xúc với nền văn minh Tây Phương. Trung Hoa đô hộ Việt Nam thì "đưa" không biết bao nhiêu thế hệ phụ nữ Việt Nam vào vòng khổ lụy vì những phát ngôn đầy thiên vị của ông Khổng/ông Mạnh/ông Trang/ông Lão, v.v... Và c.s.V.N., sau khi cưỡng chiếm được miền Nam thì không biết bao nhiêu nhà tù "mọc" lên khắp đất nước để giam cầm tất cả tinh hoa của miền Nam; không biết bao nhiêu khu vực trong núi rừng trở thành vùng kinh tế mới để vợ con/Cha Mẹ/anh em của những người bị c.s.V.N. cầm tù phải dời đến canh tác; còn nhà cửa và tài sản của những người này c.s.V.N. "tự do" chiếm đoạt!

Mỹ trợ giúp chính thể Việt Nam Cộng Hòa (V.N.C.H.) chống lại cộng sản Bắc Việt chỉ vì Mỹ – cũng như V.N.C.H. – thấy trước âm mưu của Trung cộng là sẽ "nhuộm đỏ" miền Nam Việt Nam; từ đó Trung cộng sẽ lấn chiếm biển Đông mà thế giới cũng như người Việt đều gọi là Pacific Ocean hoặc Thái Bình Bương và nhạc sĩ Y Vân đã sáng tác tình khúc Lòng Mẹ với giai điệu thiết tha và câu mở đầu đầy cảm xúc: *"Lòng Mẹ bao la như biển Thái Bình ngọt ngào..."*

Điều tiên đoán của Mỹ và V.N.C.H. năm xưa nay đã trở thành hiện thực, sau khi Mỹ rút quân khỏi miền Nam Việt Nam!

Theo Hiệp Định ngưng chiến, Mỹ rút quân ngày 29 tháng 3 năm 1973, chấm dứt mọi viện trợ quân sự cho miền Nam Việt Nam.

Trong khi Quân Lực V.N.C.H. còn súng mà không có đạn, còn xe và phi cơ mà không có xăng, còn xe tăng và chiến hạm mà không có dầu cặn v.v... thì c.s.V.N. mở những cuộc cường tập đẫm máu.

Theo BBC tiếng Việt: *"...Trung Quốc, từ tháng 6 năm 1965 đến tháng 8 năm 1973, đã điều động tổng cộng hơn 320.000 binh sĩ thuộc các quân chủng phòng không, công binh, đường sắt, rà phá bom mìn và hậu cần, v.v... để thực hiện các nhiệm vụ phòng không, xây dựng, rà phá bom mìn và đảm bảo hậu cần ở miền Bắc Việt Nam..."*

Link: https://www.bbc.com/vietnamese/vietnam-61175313

Mỹ rút quân cuối tháng 03/1973 mà đến tháng 08/1973 Trung cộng cũng vẫn còn viện trợ vũ khí và nhân lực cho c.s.V.N.; nhờ vậy, c.s.V.N. lại mở những cuộc cường tập khốc liệt trên toàn lãnh thổ của V.N.C.H.!

Là một người từng tháp tùng nhiều cuộc hành quân hỗn hợp của Hải Quân V.N.C.H. trên sông rạch để viết tường thuật, tôi hiểu rằng: Mỗi khi quân của V.N.C.H. phải chống trả các cuộc cường tập của c.s.V.N. tại chiến trường nào thì Hải Quân V.N.C.H.

cũng phải chuyển quân/đạn dược/khí giới/quân trang/quân dụng đến địa phận đó.

Đó là lý do, ngày 19 tháng 01 năm 1974, Trung cộng tấn công Hoàng Sa, các chiến hạm hữu dụng của Hải Quân/V.N.C.H. đều đã bị trưng dụng cho các chiến trường khốc liệt khác. Bộ Tư Lệnh Hải Quân đành phải chỉ thị chiến Hạm Nhật Tảo HQ10, đang đại kỳ (sửa chữa/tu bổ/thay thế nhiều bộ phận quan trọng của chiến hạm) tại Hải Quân Công Xưởng ra Hoàng Sa!

Vì HQ10 bị nhiều trở ngại kỹ thuật, như đã nêu trên, Hạm Trưởng HQ10 Ngụy Văn Thà và 74 quân nhân Hải Quân V.N.C.H. đang chống trả mãnh liệt, quyết đánh đuổi quân xâm lăng Trung cộng – kẻ thù truyền kiếp của người Việt Nam yêu nước – ra khỏi Hoàng Sa thì HQ10 bị trúng đại pháo của Trung cộng và... chìm vào lòng biển Mẹ!!!

Được báo cáo, Tổng Thống V.N.C.H. Nguyễn Văn Thiệu ra lệnh cho Tư Lệnh Hải Quân Trần Văn Chơn thành lập hành quân Trần Hưng Đạo 48 – do Hải Quân đại tá Nguyễn Văn May chỉ huy – tiến ra Trường Sa để bảo vệ quần đảo Trường Sa khỏi sự tấn công của Trung cộng.

Người csVN lúc nào cũng "hãnh tiến?", tự cho rằng chính c.s.V.N. đã "đánh Mỹ đến người Việt Nam cuối cùng" để thống nhất đất nước.

Nếu đất nước đã được c.s.V.N. "thống nhất", tại

sao cả triệu triệu người Việt không ở lại "chung vui" với c.s.V.N. mà triệu triệu người Việt lại liều chết vượt biển hoặc vượt biên đường bộ để xa lánh c.s.V.N.? Nếu căn cứ vào những dinh thự vĩ đại và những ngôi mộ rất "hoành tráng" của cán bộ c.s.V.N. mới xây, sau năm 1975, mà cho rằng nước Việt đã phát triển vượt bậc thì xin đừng quên sự "tiếp tay" rất đắc lực của tập thể người Việt di tản và từng đợt người trẻ bên Việt Nam phải xuất cảnh lao động để thanh niên trồng cần sa và ăn cắp; phụ nữ làm điếm và ăn cắp.

Người Việt di tản đã vì tình ruột thịt, trực tiếp "cứu" c.s.V.N. thoát khỏi thời bao cấp!! Thế mà, khi Việt Nam gặp thiên tai hoặc cần tiền, người c.s.V.N. gọi chúng tôi là "khúc ruột ngàn dặm". Khi bình yên, c.s.V.N. chỉ thị dư luận viên viết trên internet rằng: Cha/chồng/anh/em của chúng tôi là "Ngụy", là "lính đánh thuê"!

Người c.s.V.N. không là lính đánh thuê cho Trung cộng thì lý do gì Trung cộng viện trợ vũ khí và nhân lực cho c.s.V.N. đánh Tây/đánh Mỹ? Nếu người c.s.V.N. không là lính đánh thuê cho Trung cộng thì tại sao khi Trung cộng tấn công và cưỡng chiếm Hoàng Sa – của Việt Nam – mà c.s.V.N. lại im lặng?

Sau chiến tranh, nhiều cán bộ c.s.V.N. cao cấp – điển hình là ông Nguyễn Tấn Dũng – đã gửi con sang Hoa Kỳ du học chứ không gửi con sang Trung cộng du học?

Không phải một mình c.s.V.N. đánh Mỹ "kíu"

nước rồi lại gửi con sang Mỹ du học mà Trung cộng – kẻ thù Mỹ nhiều nhất, chỉ muốn "hạ" Mỹ để được "soán ngôi", thống lĩnh thế giới – cũng gửi học sinh sang Mỹ du học và làm gián điệp!

Trung cộng, cũng như c.s.V.N., lúc nào cũng căm thù Mỹ; nhưng cũng chính Trung cộng và c.s.V.N. là những người "thèm" tất cả những gì xuất phát từ Mỹ. Bằng có được Tom Porter viết trên Insider vào Tue/ Mar 21/2023 lúc 9:24AM CDT với tựa đề: *"Video shows mass order of KFC (Kentucky Fried Chicken – chú thích của ĐML) arriving to Xi's hotel during Putin visit, even though it's supposed to have rebranded in Russia."*

Nếu người c.s.V.N. có chút tự trọng, hãy nhìn vào sự thật: Từ thời Tây "đô hộ" và Mỹ "xâm lượt" Trung cộng có dám "hó hé" gì tới Biển Đông hay không?

Không!

Thế thì tại sao, sau khi c.s.V.N. cướp được miền Nam và "thống nhất?" đất nước thì Trung cộng khoanh vùng biển Đông thành "đường lưỡi bò"; sau đó Trung cộng xây nhiều đảo nhân tạo và phi trường tại Hoàng Sa?

Rồi đây, khi Trung cộng ngang nhiên kéo quân từ phía Bắc Việt Nam và, từ biển Đông, cả hạm đội của Trung cộng "ủi" thẳng vào bờ biển Việt Nam để chiếm Việt Nam thì người c.s.V.N. hãy van lạy Trung cộng chứ người c.s.V.N. đừng nên "muối mặt" kêu gọi

Mỹ giúp đỡ!

Một điều làm cho tôi đau buồn hơn nữa là, trên The Hill, bài của Amy Thompson, Jan 09/2023 lúc 6:00 AM ET. Xin trích một phân đoạn trong bài phát biểu của NASA Administrator Bill Nelson. Câu ấy như thế này: *"... Nelson warns that China could use the scientific appeal of the moon to advance its position in space and potentially claim it as its own, like it is doing on Earth with the Spratly Islands in the South China Sea..."*

Đọc xong câu này, tôi tự hỏi: Có phải hệ quả của việc ông Hồ Chí Minh khởi động/cổ xúy để người c.s.V.N. đánh Mỹ "kíu" nước mà ngày nay Trung cộng "lộng hành" đến như vậy hay không?

Không thể tự giải đáp câu hỏi của tôi, tôi tìm tin khác đọc. Tôi thấy trên UPI News bài của Adam Schrader, Mar/18/2022 lúc 5:01PM, tựa đề: *"Uyghur leader calls for ICC to issue arrest warrant for Xi Jinping after Putin."*

Tôi cúi đầu, thầm cầu nguyện cho ước vọng của dân tộc Uyghur được trở thành hiện thực để người Việt Nam/người Đài Loan/người Nam Hàn và dân của các nước nhỏ khác sẽ không phải sống trong lo âu – vì không biết ngày nào đất nước của họ sẽ bị Trung cộng xâm lăng./.

HỠI NGƯỜI TRẺ VIỆT NAM

Vào dịp Thanh Minh, gia đình tôi đi chùa, viếng hài cốt của Bố các con tôi – Cố Hải Quân Trung Tá Hồ Quang Minh!

Vừa rời nơi để hài cốt của Minh, thấy một vị Thầy bước về hướng tôi, tôi cung kính chào. Thầy cười và rất bất ngờ gọi:

-Chị Điệp Mỹ Linh!

Tôi hoàn toàn ngạc nhiên:

-Dạ, thưa Thầy, làm thế nào Thầy biết con là Điệp Mỹ Linh?

-Biết chứ! Nhưng tôi khuyên chị đừng nên viết xúi người ta "wuýnh" nhau!

Tôi ngỡ ngàng, tim thắt lại và lòng cảm thấy bất nhẫn, vội quay người, bước nhanh vào chánh điện. Vì không hiểu tiếng Việt nhiều, các con tôi bước theo tôi nhưng vẫn quay lại nhìn Thầy như ngầm hỏi: *"Thầy đã nói gì xúc phạm đến Măng của chúng tôi, phải không?"*

Dù bị xúc phạm, sau khi quỳ xuống, chấp tay, nhìn tượng Phật Bà Quan Thế Âm, tôi cảm thấy bình an trong hồn.

Theo tiếng niệm kinh trầm trầm – và cũng vì lời khuyên của vị Thầy, lúc nãy – hồn tôi lui về quá khứ xa xăm như muốn tìm lại những dòng sông xưa, những vùng trời lửa đạn, những bến bờ dấu yêu, những khuôn mặt thân quen của những người đã hy sinh tuổi trẻ/ hy sinh một phần cơ thể và rất nhiều người hy sinh cả mạng sống để bảo vệ miền Nam Việt Nam!

Trong những khuôn mặt thân quen, tôi nhận ra nhiều thanh niên mặc quân phục cùng màu với quân phục của Minh, đã cùng sống rồi chết bên cạnh Minh, trên các chiến đỉnh. Khi nào nghĩ đến những người con ưu tú này của Mẹ Việt Nam, lòng tôi cũng ngậm ngùi và biết ơn!

Lòng biết ơn của tôi dành cho thanh niên miền Nam thường làm cho hồn tôi chùng thấp mỗi khi đứng nghiêm, đồng hát Quốc Ca Việt Nam Cộng Hòa (V.N.C.H.). Lúc nào cũng vậy, đến đoạn điệp khúc, giọng tôi nghẹn lại và hai hàng nước mắt tuôn dài! Theo tiếng hát nghẹn ngào, tôi tưởng như – dưới bóng cờ – thấp thoáng bóng dáng em tôi, em của

Minh và bạn hữu của tôi, đã xông vào lửa đạn, quyết ngăn chận bước chân đẫm máu của "người anh em (!)" từ bên kia Bến Hải.

Tôi cũng biết ơn những vị cựu Chỉ Huy của Minh; vì những vị này biết cá tính năng động, can trường và liều lĩnh của Minh đã bổ nhiệm Minh về các đơn vị tác chiến để Minh có cơ hội cho "quân du kích/ bộ đội cụ Hồ" biết thế nào là bản lĩnh của Hải Quân V.N.C.H. trên sông rạch!

Bản lĩnh của Hải Quân V.N.C.H. cũng như bản lĩnh của tất cả quân binh chủng Quân Lực V.N.C.H. là: Hễ xung trận thì cho giang đỉnh ủi thẳng vào nơi bị phục kích, hoặc nhảy trên đầu địch bằng chiến thuật trực thăng vận của Nhảy Dù, Biệt Động Quân, để chiến đấu trực diện chứ không thèm lùa trẻ em và phụ nữ đi trước rồi lom khom phía sau để tấn công cơ quan quân sự như Việt cộng/cộng sản Việt Nam (c.s.V.N.) đã thực hiện vào Tết Mậu Thân, 1968. Người Lính V.N.C.H. cũng không bao giờ bắn sẻ hoặc pháo kích bừa bãi vào thành phố, vào trường học hoặc bắn trực xạ vào người dân chạy nạn – như "du kích quân và bộ đội cụ Hồ" đã "hồ hởi" thi hành năm 1972 ở Quang Trị, tạo nên Đại Lộ Kinh Hoàng và năm 1975 trên liên tỉnh lộ 7 từ Pleiku xuống Tuy Hòa rồi quốc lộ I, khoảng đèo Hải Vân và con đường ngắn từ Đà Nẵng sang Tiên Sa!

Về kỹ thuật tác chiến, có thể Hải Quân V.N.C.H. không khác với các quân binh chủng bạn; nhưng Hải

Quân có những điều rất khác biệt mà các quân binh chủng bạn không có. Đó là: Rời căn cứ, hậu cứ hoặc đơn vị để đi phố thì Hải Quân gọi là "đi bờ". Chỉ Huy Trưởng hoặc Chỉ Huy Phó của một đơn vị, được sĩ quan, hạ sĩ quan và thủy thủ gọi là Chỉ Huy Trưởng, Chỉ Huy Phó chứ không gọi theo cấp bậc. Hạm Trưởng hoặc Hạm Phó được gọi là Hạm Trưởng, Hạm Phó chứ không gọi là Thuyền Trưởng, Thuyền Phó hay gọi theo cấp bậc. Giữa sĩ quan với nhau thì sĩ quan cấp thấp thường gọi sĩ quan cao cấp bằng Commandant. Khi tiếp xúc với vị Tướng Hải Quân – dù vị Tướng ấy là Phó Đề Đốc – người đối thoại cũng gọi vị Tướng này là Đô Đốc.

Riêng Minh, dù trước hoặc sau ngày 30 tháng Tư 1975, tôi vẫn nghe Minh gọi những vị Tướng Hải Quân là Commandants; ngoại trừ Đề Đốc Trần Văn Chơn và Đô Đốc Chung Tấn Cang. Trước 1975, Minh gọi hai vị này tư Tư Lệnh. Sau 1975, Minh gọi hai vị này là Đô Đốc.

Trong thời gian làm vợ của Minh – ngoài việc thường xuyên tiếp xúc, trợ giúp tinh thần gia đình vợ con các anh hạ sĩ quan và thủy thủ tử trận – tôi cũng hân hạnh được tiếp xúc với nhiều vị Đô Đốc và Commandants chỉ huy trực tiếp của Minh.

Xin kể theo thứ tự thời gian: Vị Commandant đầu tiên của Minh là Hải Quân Trung Tá Hồ Văn Kỳ Thoại; về sau Ông được thăng Phó Đề Đốc. Hải Quân Trung Tá Nguyễn Văn Hoa., Hải Quân Đại Tá Trần

Bình Sang. Hải Quân Đại Tá Diệp Quang Thủy; về sau Ông được thăng Phó Đề Đốc. Hải Quân Đại Tá Vũ Đình Đào; về sau Ông được thăng Phó Đề Đốc. Phó Đề Đốc Đặng Cao Thăng. Vị Chỉ Huy trực tiếp cuối cùng của Minh là Hải Quân Đại Tá Khương Hữu Bá.

Khi Minh được thuyên chuyển về Phú Quốc, phục vụ dưới quyền chỉ huy của Hải Quân Đại Tá Khương Hữu Bá – Tư Lệnh Hải Quân Vùng IV Duyên Hải – tôi ở lại Saigon, vì các con tôi bắt đầu lớn.

Khi nào đi Phú Quốc thăm Minh, tôi cũng phải đi bằng Hàng Không Dân Sự xuống Rạch Giá; vì Hàng Không Dân Sự Việt Nam không có đường bay ra Phú Quốc. Tại Rạch Giá, tôi vào Căn Cứ Hải Quân Rạch Sỏi, tìm các PCF – Patrol Craft Fast, Duyên Tốc Đĩnh – của các đơn vị đồn trú gần hoặc ngay đảo Phú Quốc vào Rạch Giá công tác hoặc sửa chữa tại Căn Cứ Hải Quân Rạch Sỏi để xin “quá giang” ra Phú Quốc. Khi trở về Saigon tôi phải thực hiện hành trình ngược lại.

Trên những PCF “phóng” nhanh như tên xẹt, tung bọt trắng xóa, tôi thầm thương những chiếc Chủ Lực của Duyên Đoàn và những chiếc LCM – Landing Craft Mechanized, quân vận đĩnh – “dềnh dàng” của Giang Đoàn với vận tốc chậm, dễ bị Việt Cộng bắn sẻ và pháo kích.

Đến Phú Quốc, Minh đón và đưa tôi về nơi Minh làm việc.

Mỗi khi rời nơi Minh làm việc để đến Bộ Tư Lệnh Vùng IV Duyên Hải, hoặc từ Bộ Tư Lệnh Vùng IV Duyên Hải trở về, Minh và tôi đều đi ngang trại tù nhốt Việt Cộng.

Là một Phật tử thuần túy, tuyệt đối vâng lời Phật dạy và cũng là một người rất nhạy cảm trước nỗi khổ đau của muôn loài, nhưng không hiểu tại sao, mỗi khi xe chạy ngang trại tù nhốt Việt Cộng, lòng tôi dửng dưng, nếu không muốn nói rằng tôi còn cho là đáng đời! Sau khi phân tích trạng thái tình cảm, tôi mới nhận ra rằng: Vì Việt cộng là những người chỉ chuyên thực hiện cái ác, dùng mọi thủ đoạn – dù phải hy sinh không biết bao nhiêu thanh niên miền Bắc để thực hiện chiến thuật biển người – để cưỡng chiếm cho bằng được phần đất mà chính phe cộng Sản của họ đã ký kết tại Genève, năm 1954, để chia nước Việt thành hai miền: cộng Sản miền Bắc; Quốc Gia miền Nam!

Năm 1954 tôi còn bé, nhưng, những lời giảng dạy của Ba tôi – người từng ra "vùng giải phóng" để chống Tây – cho tôi hiểu rằng: Cộng sản Việt Nam (c.s.V.N.) luôn luôn cổ xúy và nuôi dưỡng tinh thần giai cấp đấu tranh để mọi người đều nghèo như nhau. Tinh thần giai cấp đấu tranh đưa đến chiến dịch Cải Cách Ruộng Đất. Cải Cách Ruộng Đất không những chỉ giết người dân vô tội mà phương cách Đảng và "nhà nước" thực hiện để giết người còn hết sức dã man và tàn bạo bằng cách khích động dân chúng ném đá vào nạn nhân – bị trói – cho đến khi nạn nhân gục chết; hoặc c.s.V.N. chôn sống nạn nhân, chỉ để phần cổ và đầu ló khỏi mặt đất rồi cho trâu bò kéo cày hoặc bừa đi ngang, cào theo đầu của nạn nhân!

Cải Cách Ruộng Đất dã man và tàn ác như vậy thì chính sách "bần cùng hóa nhân dân" làm cho mọi người đều dốt nát như nhau; bởi vì người dốt bao giờ cũng dễ bị tuyên truyền, dễ bị tẩy não hơn người có học thức; vì lý do này, Mao Trạch Đông của Trung Cộng quan niệm "trí thức không bằng...cục phân"! Ngoài ra, c.s.V.N. còn tạo ra sự nghi kỵ lẫn nhau, không ai tin ai. Ngay như thầy cô giáo từ các lớp tiểu học đã dạy trẻ em: Về nhà nghe Cha Mẹ nói gì, ăn gì, gặp ai, v. v... thì mách lại thầy cô để thầy cô trao bằng khen Cháu Ngoan Bác Hồ!

Ba tôi giải thích: Chỉ có những kẻ nghèo mà không có đạo đức, không lương thiện, không học vấn và thua kém mọi bề thì mới dốc hết toàn lực và sinh mạng để cướp đoạt cho bằng được tài sản của những người lương thiện, giàu có, khá giả và học hành hơn họ.

Cộng sản Việt Nam chính là những kẻ này!

Nếu ai chưa hiểu cộng sản thì mời nghe bài Quốc Tế Ca được phổ biến rộng rãi trong thế giới Cộng Sản suốt gần ¾ thế kỷ:

"Vùng lên hỡi các nô lệ ở thế gian...
Sục sôi nhiệt huyết trong tâm đầy chứa rồi.
Quyết phen này sống chết mà thôi.
Chế độ xưa ta mau phá sạch tan tành...
Bao nhiêu lợi quyền tất qua tay mình..."

Ngoài bản Quốc Tế Ca, người c.s.V.N. còn được hun đúc từ tấm bé bằng lời ca của bài Quốc Ca: *"... Thề phanh thây uống máu quân thù..."* để chém giết, để tóm thu lợi nhuận của người miền Nam cho bản thân họ và cũng để tôn vinh ông Hồ Chí Minh.

"Bộ đội cụ Hồ" không những chỉ liều chết để tôn vinh cụ Hồ mà "bộ đội cụ Hồ" lại còn được chính Tố Hữu – ủy viên bộ chính trị, bí thư ban chấp hành trung ương đảng csVN, phó chủ tịch thứ nhất hội đồng bộ trưởng nước cộng hòa xã hội chủ nghĩa Việt Nam – cổ xúy lăn vào chỗ chết để tôn vinh hai tên lãnh tụ cộng sản Nga và Trung Cộng bằng những vần thơ:

"...Giết, giết nữa, bàn tay không phút nghỉ,
Cho ruộng đồng lúa tốt, thuế mau xong,
Cho đảng bền lâu, cùng rập bước chung lòng,
Thờ Mao Chủ tịch, thờ Sít-ta-lin bất diệt"

Trong khi đó, chúng tôi – người miền Nam – thời mới lớn lại được hun đúc bằng lời ca mang tính cách giáo dục và đạo đức trong bài Học Sinh Hành Khúc của Lê Thương:

"...Học Sinh là mầm sống của ngày mai.
Nung đúc tâm hồn để nuôi chí lớn.
Theo các thanh niên sống vì giống nòi.
Liều thân vì nước, vì dân mà thôi..."

Khi trưởng thành, thanh niên miền Nam trở thành Người Lính V.N.C.H.; và người Lính V.N.C.H. cũng rất hiền lành, chỉ biết *"...Thù Nước lấy máu đào đem báo..."* để chiến đấu cho Tổ Quốc và bảo vệ Quê Hương – bằng chứng hùng hồn nhất là trận hải chiến Hoàng Sa giữa Hải Quân V.N.C.H. với Trung Cộng – chứ không hề gây chiến và không hề tôn vinh một cá nhân hoặc một đảng phái nào cả.

Vậy thì giữa người Lính V.N.C.H. và "bộ đội cụ Hồ" ai có chính nghĩa và ai có lý tưởng, mọi người Việt Nam trong và ngoài nước đều nhận thức được rồi!

Khi đề cập đến lý tưởng và chính nghĩa của người Lính V.N.C.H., tôi chợt liên tưởng đến ý nghĩ thầm kín của tôi khi tôi được Đại Tá Khương Hữu Bá – nhân chuyến về Saigon họp – cho tôi "quá giang" chiếc Cessna đưa Đại Tá từ Phú Quốc về Saigon.

Qua cửa sổ Cessna, thấy những dòng sông hiền hòa len lõi giữa những ruộng lúa xanh tươi, tôi thầm cảm ơn người lính Nghĩa Quân đã âm thầm chu toàn bổn phận trong những đồn hẻo lánh dọc các bờ sông và vợ của những Nghĩa Quân này phải tiếp đạn cho chồng để giữ an ninh, không cho Việt cộng vượt sông về phá rối nông thôn. Tôi thầm tạ ơn những người lính Hải Quân đã từng đêm thức trắng trong phiên gác, để thảy lựu đạn quanh các giang đỉnh, không cho người nhái Việt cộng lặn ra đặt mìn, làm chìm giang đỉnh. Tôi biết ơn các anh Không Quân trong những phi vụ oanh kích "đẹp" như trong xi-nê, những chuyến bay yểm trợ và những chuyến trực thăng tải thương đầy nguy hiểm. Tôi cũng xin cảm ơn những quân nhân thuộc các binh chủng thiện chiến như Bộ Binh, Thủy Quân Lục Chiến, Nhảy Dù và Biệt Động Quân đã lội "bì bõm" trong sình lầy, tận diệt Việt cộng để nhà nông được yên lành cày cấy, tạo nên những cánh đồng lúa xanh ngút ngàn trong tầm mắt tôi.

Trong tầm mắt tôi cũng hiện ra từng dãy nhà sàn dọc những bờ sông hoang vắng mà tôi từng đi qua, từng xót xa thương cảm. Nhìn những cụ già hom hem, miệng móm với nụ cười nhân hậu, tôi nhớ Bà Ngoại của tôi. Thế mà, trong số những cụ già dễ thương này đố ai biết được có bao nhiêu cụ bà đã nhẹ dạ, tin lời Việt cộng, cho Việt cộng đào hầm trong vườn rồi nuôi chúng để được gọi là "Mẹ chiến sĩ"!

Nếu những chuyến trực thăng cho tôi hiểu thế nào là chiến tranh, thế nào là cảm giác sợ hãi khi thấy Việt cộng bắn lên trực thăng hoặc thế nào là xót thương khi thấy người Lính V.N.C.H. bị thương được chuyển theo trực thăng để đưa về bệnh viện thì chiếc Cessna lại cho tôi cảm giác yên bình, thanh thản vô cùng.

Nhìn hình ảnh tươi đẹp dưới xa, tôi chợt nhớ thời Ba tôi ra "ngoài nớ" theo kháng chiến chống Tây. Lúc đó tôi còn nhỏ lắm, không hiểu biết gì, chỉ biết đàn ca thôi. Những cảnh đói khát, tan thương đến cùng cực vì đồng ruộng nứt nẻ, khô cằn, con người thì đói khổ, được Ba tôi giải thích rằng Việt Minh áp dụng triệt để chính sách "Tiêu thổ kháng chiến". Những hình ảnh "ngoài nớ" thật tương phản với thảm mạ non xanh mướt "trong ni" khiến cho lòng thương cảm Quê Ngoại của tôi dâng lên và dòng nhạc xưa chợt trỗi dậy trong hồn. Tôi không dám "ngân nga" vì lòng phi cơ rất hẹp, ngại Đại Tá Bá có thể nghe được. Tuy vậy, trong hồn tôi, bài dân ca Quê Nghèo của Phạm Duy vẫn vọng về:

"...Ruộng khô có những ông già rách vai,
Cuốc đất bên đàn trẻ gầy,
Có người bừa thay trâu cày....
Quê cũ đã nghèo lắm rồi,
Thêm đói thêm sầu mà thôi..."

Nhờ chuyến Cessna này và cũng nhờ những lần theo các Giang Đoàn Xung Phong, Giang Đoàn Tuần Thám, Giang Đoàn Ngăn Chận, v. v... đến tận U Minh, Chương Thiện hoặc biên giới Việt Miên mà tình yêu Quê Hương được khơi dậy, nẩy sinh và vun bồi mạnh mẽ trong lòng tôi.

Khi chiếc Cessna bay ở cao độ vừa phải, trong tầm mắt tôi, những bờ cát mịn màng trông như những giải lụa óng ả, mượt mà ôm sát vòng eo thon của Quê Mẹ thân yêu.

Không ngờ, chỉ vài tháng sau, những bờ cát mịn màng đó biến thành những bãi cát ngập máu và xác người! Vũ khí của Nga và Trung cộng viện trợ cho csVN tối tân thật, nhưng nếu không có sự căm thù sôi sục trong lòng những người từ miền Bắc thề "sinh Bắc tử Nam" thì làm thế nào sinh mạn của không biết bao nhiêu trẻ em, phụ nữ và người già vô tội – và không khí giới để tự vệ – ở miền Nam phải gục ngã trong khi những người dân vô tội này chỉ muốn được thoát lên các chiến hạm của Hải Quân VNCH đang chờ đợi để đưa họ đến nơi an toàn!

Hỡi Người Trẻ Việt Nam sinh sau 1975! Vì các bạn chưa được sinh ra để thấy những bờ biển ngập xác người do c.s.V.N. tạo nên bằng hỏa tiễn của Trung Cộng và Nga, năm 1975; các bạn không thấy c.s.V.N. pháo kích ngay vào bệnh viện Long An, năm 1975; và các bạn cũng không thấy – sau khi cưỡng chiếm được miền Nam – c.s.V.N. đã đuổi tất cả thương bệnh binh ra khỏi những quân y viện của V.N.C.H., năm 1975; các bạn không thấy những ngôi mộ tập thể ở Huế, do c.s.V.N. tàn sát – nhiều khi c.s.V.N. không giết mà c.s.V.N. lại chôn sống – dân lành ở Huế, năm 1968; các bạn không thấy c.s.V.N. pháo kích vào trường tiểu học Cai Lậy, giết hại cả trăm học sinh; các bạn không thấy "du kích quân của cụ Hồ" đặc mìn trên quốc lộ để xe đò bị nổ tung, người dân chết nát thây; các bạn không thấy csVN trà trộn vào dân rồi thảy lựu đạn vào rạp xi-nê, nhà hàng v. v... Vì các bạn không thấy những thảm cảnh đó và cũng vì csVN không dám ghi lại những hành động dã man, tàn ác của họ trên những trang Việt sử cận đại cho nên các bạn thường đặt câu hỏi trên internet: *Tại sao người Việt "nước ngoài" cứ tìm cách đánh phá "nhà nước" Việt Nam?*

Thưa các bạn trẻ sinh sau 1975! Không đánh phá sao được khi mà người c.s.V.N. sát hại người đồng chủng một cách man rợ chỉ với mục đích đánh cho "Mỹ cút Ngụy nhào". Mỹ đã cút, Ngụy đã nhào, bây giờ các bạn thấy ai hiện diện nhỡn nhơ trên Quê Hương Việt Nam? Ai đầu độc dân tộc và môi trường sống của người Việt Nam?

Câu trả lời là: Trung cộng!

Bốn mươi hai năm trước, nhờ vũ khí của Nga và Trung cộng cùng với sự căm thù trong lòng, "bộ đội cụ Hồ" đã tạo nên những bờ biển ngập máu và xác người miền Nam; đã tạo nên những làn sóng người Việt bỏ xứ ra đi để rồi rất nhiều người bị vùi thân trong biển cả! Sau đó là hình ảnh nhục nhã của những thiếu nữ Việt "phơi mình" cho Trung cộng và Đại Hàn mua về làm vợ; và biết bao thanh niên xuất khẩu lao động rồi ở luôn nơi xứ người!

Bốn mươi hai năm sau, trên nguồn, Trung cộng xây nhiều đập nước khổng lồ để ngăn nguồn phù sa, làm cho sông nước miền Nam Việt Nam bị nhiễm nước mặn khiến vựa lúa miền Nam chết dần! Đảng csVN lại cho phép Trung cộng khai thác tài nguyên trên vùng cao, đốn cây và phá rừng Việt Nam một cách bừa bãi; và từ những cơ xưởng đồ sộ của Trung cộng – từ thác Bản Dốc cho đến mũi Cà Mau – thải ra sông và biển không biết bao nhiêu hóa chất để tiêu diệt nguồn sống của người dân và đưa dân tộc Việt Nam vào họa diệt vong!

Hỡi người trẻ Việt Nam! Bây giờ là thời điểm thuận tiện nhất để các bạn thực hiện lời ca "cũ" bài Quốc Ca của c.s.V.N.: *"Thề phanh thây uống máu quân thù"!* Vâng, quân thù Trung cộng đang tràn lan khắp nước Việt, đang đầu độc môi trường sống của dân Việt. Không ai có thể chối cải điều này!

Sau khi cưỡng chiếm miền Nam, c.s.V.N. tịch thu tất cả tài sản của người miền Nam, bắt Cha, Ông, chồng, anh em của người miền Nam nhốt tù và đuổi Mẹ/vợ/con/chị/em của người miền Nam đi kinh tế mới rồi chính c.s.V.N. đổi lời bài Quốc Ca của họ thành: *"Đài vinh quang xây xác quân thù".*

Đúng! Người c.s.V.N. đã thật sự xây *"đài vinh quang"* trên thân xác của "bộ đội cụ Hồ" và thân xác người miền Nam chúng tôi sau khi *"phanh thây uống máu"* chúng tôi.

Sau 1975, c.s.V.N. gọi chúng tôi – những người phải trốn chạy khỏi sự tận diệt dã man của c.s.V.N. – là thứ "ăn bơ thừa, sữa cặn của đế quốc Mỹ". Bây giờ người c.s.V.N. gửi con cháu sang Mỹ du học, mua bất động sản của "đế quốc Mỹ"; và người c.s.V.N. gọi chúng tôi là *"khúc ruột ngàn dặm"*, vì số ngoại tệ khổng lồ do chúng tôi gửi về Việt Nam.

Chính nhờ số ngoại tệ chúng tôi gửi về mà Việt Nam qua được "thời bao cấp"! Chúng tôi – "bên thua cuộc" – sẽ im lặng, âm thầm gửi ngoại tệ về Việt Nam. Nhưng chúng tôi không thể im lặng khi thấy người c.s.V.N. đánh cho "Mỹ cút Ngụy nhào" chỉ để đón quân thù truyền kiếp của dân tộc Việt – là Trung cộng – vào ngự trị, tàn phá Quê Hương và đầu độc người Việt Nam!

Viết đến đây tự dưng lời ca của bài Nhân Dân Cách Mạng Việt Nam bừng lên trong lòng tôi:

"... Trên Quê Hương đau thương mưu cuộc giải phóng giống nòi.
Hận thù bọn Việt cộng đã cướp mất lẽ sống...
Đồng bào Việt Nam! Đứng lên cùng thế giới!
Đồng bào Việt Nam! Đấu tranh và kiến quốc!
Tự quyết lấy đi thôi, đường sống tiến lên đi!
Tiến lên dân tộc Việt ơi!"

Khi nhạc sĩ Hùng Lân sáng tác ca khúc này tôi chỉ là đứa bé gái nhút nhát, nhưng vẫn cảm thấy tinh thần dân tộc và tình yêu Quê Hương được khơi dậy mãnh liệt!

Hỡi người trẻ Việt Nam! Khi nào có dịp đi máy bay nội địa, hãy nhìn dọc theo bờ Đại Dương để thấy vẻ đẹp mỹ miều của những giải cát vàng. Chính lúc đó, bạn sẽ đồng ý với tôi: *"Những bờ cát mịn màng trông như những giải lụa óng ả/mượt mà ôm sát vòng eo thon của Quê Mẹ thân yêu".*

Khi nhận thức được Quê Mẹ thân yêu đang bị Trung cộng tàn phá, bạn sẽ cảm thấy tự ái dân tộc bị tổn thương; từ đó tinh thần dân tộc được khơi dậy và bạn chỉ muốn vung nắm tay vào mặt bọn Tàu khựa, quát to: *"Hãy trả lại sông/núi/ biển/đảo cho ta!"*

Hãy hành động trước khi quá muộn, hỡi Người Trẻ Việt Nam!

VẤN ĐỀ HÔM NAY

Hôm ra mắt tác phẩm Trả Lại Sự Thật Lịch Sử cho Việt Nam Cộng Hòa của giáo sư Tường Vũ – ngày 13-11-2022, tại hội quán của đài Saigon Houston – có phần thảo luận giữa tác giả, ban tổ chức và quan khách.

Trong phần thảo luận, tôi rất lưu ý đến lời phát biểu của cựu phóng viên chiến trường Vũ Thanh Thủy; vì tôi muốn hiểu tâm trạng cũng như quan điểm của bà Vũ Thanh Thủy và tâm trạng cũng như quan điểm của tôi – người từng tháp tùng các cuộc hành quân hỗn hợp, trên sông rạch, của Hải Quân Việt Nam Cộng Hòa (V.N.C.H.) để viết tường thuật – có bao nhiêu điều khác biệt về cuộc chiến tương tàn do ông Hồ Chí Minh xách động và chủ xướng để người miền Bắc xâm lăng miền Nam một cách tiệm tiến nhưng rất tàn ác và quy mô!

Bà Vũ Thanh Thủy đề cập đến người Lính V.N.C.H. với những lời chân thành. Tôi nhận ra bà Vũ Thanh Thủy có cùng quan điểm với tôi. Sau đây là nhận xét của bà Vũ Thanh Thủy về người Lính Mỹ: *"... Người dân miền Nam ít thích làm thân hay kết bạn với người Mỹ, nhất là lính Mỹ, để giúp họ hiểu về văn hoá và con người VNCH để tạo sự hiểu biết, yêu mến và kính trọng của người Mỹ đối với V.N.C.H.; trong khi phía cộng sản Bắc Việt có hẳn một chính sách o bế người Mỹ, nhất là giới truyền thông, khiến báo chí Mỹ ảnh hưởng các vị dân cử và quần chúng Hoa Kỳ có cái nhìn sai lạc và coi thường V.N.C.H.."*

Bà Vũ Thanh Thủy nhận xét đúng. Nhưng hôm đó, vì không chuẩn bị trước và cũng vì lâu quá không xuất hiện trước công chúng, tôi hơi mất bình tĩnh, chỉ góp ý vắn tắt: *"Tôi đồng ý với bà Vũ Thanh Thủy. Nhưng, khi mình muốn người ta thân thiện và hiểu mình thì mình nên nghiêng về phía người ta, tỏ thái độ thân thiện với người ta trước."*

Hôm nay, trong bài này, tôi xin trình bày thêm về quan điểm của tôi để bổ túc cho phần phát biểu không trọn vẹn của tôi vào hôm ra mắt sách.

Vấn đề tuyên truyền thì c.s.V.N. có hẳn một chiến lược và chiến dịch để "nhồi sọ" người miền Bắc, như: Người miền Nam Việt Nam phải chịu đói khát, cơm không có ăn, nhà không có mà ở, người c.s.V.N. phải xẻ Trường Sơn vào giải phóng người miền Nam "ruột thịt?!" khỏi sự kềm kẹp của Mỹ Ngụy!

Điển hình cho sự "nhồi sọ" ghê tởm của c.s.V.N. là phát ngôn của nhà văn Dương Thư Hương khi Bà theo "bộ đội ông Hồ" vừa đến Hàng Xanh, Saigon, ngày 30/04/1975: *"Tôi khóc ngày 30 tháng Tư 75 vì thấy nền văn minh đã thua chế độ man rợ!"*

Câu nhận xét của bà Vũ Thanh Thủy *"... người dân miền Nam ít thích làm thân hay kết bạn với người Mỹ, nhất là lính Mỹ..."* là có thật!

Thời tôi học trường trung học Võ Tánh Nha Trang, cũng như khi tôi học Luật tại đại học Luật Khoa Saigon, những thiếu nữ con nhà gia giáo không bao giờ được phép tiếp xúc với binh sĩ Hoa Kỳ; dù rằng chúng tôi rất muốn được thực tập để phát âm tiếng Anh cho đúng.

Sau khi lập gia đình với một sĩ quan tác chiến Hải Quân, tôi được tiếp xúc với các vị cố vấn của Bố các con tôi. Tôi từng chứng kiến nhiều vị cố vấn bị thương; vài vị nhớ nhà, chiều xuống, thường ngồi một mình phía trước chiếc Soái đỉnh – chiến đỉnh chỉ huy – "ngân nga" những tình khúc làm ray rức hồn tôi! Mời độc giả vào link này để đọc những chi tiết đã dẫn: https://vietbao.com/a309291/nguoi-linh-my

Những điều tôi từng chứng kiến trên những dòng sông nhuộm máu luôn ray rức hồn tôi; vì, từ ngày tỵ nạn tại Hoa Kỳ đến nay, tôi chỉ viết được bài Tạ Ơn Mảnh Đất Này, khi Hoa Kỳ bị Al-Qaeda – thủ lĩnh là Osama bin Laden – tấn công tòa tháp đôi tại New York, September 11, 2001, chứ tôi không có khả năng để làm được điều gì cho mảnh đất và những người đã cưu mang gia đình tôi, trong khi người cùng huyết thống với chúng tôi – csVN – thì cố truy lùng để khủng bố tôi! Bằng cớ là dư luận viên csVN đã điện thoại (tôi không hiểu làm thế nào họ có số điện thoại của tôi) và nhiều lần công khai khủng bố tinh thần Điệp Mỹ Linh về những bài viết phơi bày sự tàn ác và dã tâm của csVN! Mời xem các links này:

https://nhanquyenvn.org/viet-nam-ung-ho-nga-vi-mien-bac-tung-xam-luoc-mien-nam.html

https://ivanlevanlan.wordpress.com/2021/11/03/diep-my-linh-khong-duoc-phep-xuc-pham-dan-toc-viet-nam/

https://nhanvanviet.com/

https://www.facebook.com/permalink.php?id=502267849966924&story_fbid=1383590185168015

https://ivanlevanlan.wordpress.com/2021/09/10/diep-my-linh-dung-cua-them-vao-vet-thuong-da-lanh/

https://nhanvanviet.com/moc-son-lich-su/diep-my-linh-lo-ro-la-ke-xuyen-tac-bia-dat/

Thế hệ di dân đầu tiên đang từ từ "ra đi". Chúng tôi kỳ vọng vào thế hệ di dân kế tiếp. Niềm kỳ vọng đó được tôi đề cập trong bài Người Lính Mỹ. Xin trích đoạn: *"Biết bao nhiêu con cháu của các sắc dân tỵ nạn tại Mỹ đã thành công vượt bực trên nhiều lãnh vực, trong mọi địa hạt; thế mà đã có tổ chức nào của người tỵ nạn thành lập Hội Giúp Đỡ hoặc biết ơn Thương Binh và tử sĩ Hoa Kỳ chưa?*

Chưa!" (hết trích).

Tôi nghĩ, chưa bao giờ Hoa Kỳ cần sự tham gia và khích lệ tinh thần một cách tích cực của Người Tỵ Nạn cho bằng lúc này; vì Hoa Kỳ đang lâm nguy!

Sự lâm nguy của Hoa Kỳ không những vì rất nhiều gián điệp Trung cộng xâm nhập Hoa Kỳ; Trung cộng "tuồn" ma túy vào Hoa Kỳ; Trung cộng mua nhiều bất động sản và nhiều nông trại – gần phi trường hoặc cơ quan quân sự của Mỹ để gián điệp của Trung cộng dễ hoạt động – mà là sự xâm lăng có khí giới do Trung cộng đã và đang âm thầm thực hiện!

Theo Reuters Nov. 17/2022 thì: *"The United States is deeply concerned about the Chinese government setting up unauthorized 'police stations' in U.S. cities to possibly pursue influence operations, FBI Director Christopher Wray told lawmakers on Thursday."*

Theo PBS NewsHour, Mike Corder tường trình trên AP, Oct. 27/10/2022 thì: *"Laura Harth – a campaign director with the group – told The Associated Press that China has set up at least 54 overseas police service stations."*

Còn Trung cộng thì giải thích rằng: Các trụ sở cảnh sát của Trung cộng trong nhiều nước trên thế giới, kể cả Hoa Kỳ, chỉ với mục đích giúp người Trung hoa về các vấn đề giấy tờ như bằng lái xe, giấy khai sinh, v.v...

Nhưng, cơ quan an ninh Hoa Kỳ tiết lộ, cũng cùng bảng tin đã dẫn bên trên, rằng: *"According to Safeguard Defenders, China claims 230,000 suspects of fraud were 'persuaded to return' to China from April 2021 to July 2022."*

Phát ngôn viên Bộ Ngoại Giao Trung cộng chối: *"Chinese Foreign Ministry spokesperson Mao Ning said Thursday that Beijing wasn't doing anything wrong. Chinese public security authorities strictly observe the international law and fully respect the judicial sovereignty of other countries..."*

Nhưng, theo Karl Salzmann, trên National Security, Sept. 15/2022 thì: *"The expansion of these overseas police stations comes as human rights activists warn that China is harassing political dissidents on foreign soil. Some political exiles say China is misusing Interpol to bring back dissidents, including foreign nationals, the Telegraph reported."*

Trên đất nước Hoa Kỳ và nhiều nước bên Âu Châu, Trung cộng ngang nhiên thành lập đồn cảnh sát, nhân viên có vũ khí, mà bất cần giấy phép của chính quyền địa phương.

Trong khi đó, Hoa Kỳ chuyển đến Úc Châu sáu "nuclear-capable B-52 bombers" thì Trung cộng mạnh mẽ lên án: *"... The relevant US behaviors have increased regional tensions, seriously undermined regional peace and stability, and may trigger an arms race in the region.*

China urges the parties concerned to abandon the outdated Cold War and zero-sum mentally and narrowminded geopolitical thinking, and to do something conductive to regional peace and stability and enhancing mutual trust between the countries." Zhao told reporters at a regular briefing in Beijing.

Thái độ "vừa ăn cướp vừa la làng" của Trung cộng đối với Hoa Kỳ hiện nay gợi lại trong hồn tôi những mưu lược mà Trung cộng đã dạy cho csVN, như: Đấu tố để con tố Cha, vợ tố chồng; chiến thuật biển người; chiến thuật xa luân chiến; tiền pháo hậu xung, v.v... trong cuộc chiến tàn khốc 1954-1975; sau cuộc chiến là vô số trại tù khổ sai và vùng kinh tế mới để triệt tiêu tất cả tinh hoa Miền Nam!

Hỡi đồng bào Việt Nam tỵ nạn cộng sản tại Hoa Kỳ, chúng ta nên thể hiện một cách thực tiễn lòng biết ơn của chúng ta đối với nước Mỹ cùng những người đã và đang thật sự đem mạng sống của chính họ để bảo vệ nước Mỹ.

Tôi muốn đề cập đến Người Lính Mỹ. Trong lực lượng tác chiến tinh nhuệ nhất hành tinh của Mỹ không thể nào không có sự góp sức của con cháu người Việt tỵ nạn.

Tôi xin đề nghị cộng đồng người Việt tỵ nạn và quý vị có thẩm quyền trong các tổ chức vô vị lợi cũng như quý cơ quan truyền thông, hãy quyết định và cổ động để thành lập Hội Biết Ơn Tử Sĩ và Thương Binh

Hoa Kỳ hoặc thực hiện một Bia Tưởng Niệm, ghi rõ: Cộng đồng người Việt tỵ nạn cộng sản biết ơn sự hy sinh cao cả của Người Lính Mỹ.

Bia tưởng niệm sẽ được dựng nơi công viên công cộng hoặc trung tâm thương mại của người Mỹ để nhiều sắc dân được chiêm ngưỡng.

Hôm khánh thành đồ án, cộng đồng người Việt và ban tổ chức sẽ mời quan chức người Mỹ cũng như người Việt tham dự.

Trong khi Trung cộng cố tình phá tan nước Mỹ thì thái độ thân thiện và biết ơn của người Việt tỵ nạn đối với nước Mỹ sẽ được người bản xứ nhận biết và quan tâm...

Vừa viết đến đây, computer báo cho biết tôi có tin mới.

Vào Yahoo, tôi thấy bảng tin của Reuters, Nov. 20/2022, do Chris Gallagher và Leah Douglas tường thuật: *"WASHINGTON (Reuters) -Kevin McCarthy, the Republican leader in the U.S. House of Representatives, said on Sunday he would form a select committee on China if he is elected speaker of the chamber, accusing the Biden administration of not standing up to Beijing.*

"China is the No. 1 country when it comes to intellectual property theft," he told Fox News in an interview.

"We will put a stop to this and no longer allow the administration to sit back and let China do what they are doing to America."

McCarthy also told Fox News his party would "stop these police stations in America..."

Đọc đến đây tôi mừng quá, cười vang. Cháu Nội của tôi từ phòng bên cạnh bước sang, giọng lo âu:

- "Ba Noi", are you okay?

Vừa cười "toe toét" tôi vừa reo:

- Yeah! "Ba Noi" is okay, but China is not.

Cháu tôi chẳng hiểu gì cả, chỉ tròn mắt nhìn tôi./.

HÀNH TRÌNH ĐẾN "ĐẾ QUỐC" MỸ

Chuyến bay từ Việt Nam vừa vào không phận Hoa Kỳ, qua khung cửa kính, Mận thấy cảnh sắc dưới xa trông không khác chi những bờ biển xinh đẹp, thân thương bên quê nhà – trước khi "nhà nước" cộng sản Việt Nam (c.s.V.N.) bán hoặc cho Trung cộng thuê đất để xây hãng xưởng và cao ốc.

Mận nghĩ rằng hãng xưởng của Trung cộng cao, to, đẹp và tình "hữu nghị" giữa Trung cộng với đảng c.s.V.N. được ví như 4 tốt 16 chữ vàng cho nên "nhà nước" c.s.V.N. không dám lấy cát dọc bờ biển, ngại làm sập những đồ án "hoành tráng" của Trung cộng thì tình "hữu nghị" giữa Trung cộng và c.s.V.N. cũng sập luôn; vì vậy "nhà nước" c.s.V.N. phải lấy cát trong lòng sông và dọc theo bờ sông.

Từ khi sông mất cát, nhiều nhà dân và "lộ đất" dọc theo bờ sông bị đổ sụp xuống sông thì danh từ "cát tặc" xuất hiện trong dân dang. "Cát tặc" sống và làm việc trên những chiếc tàu nhỏ, chạy từng đàn, hút cát trong lòng sông hoặc dọc bờ sông rồi đem cát đổ lên chiếc tàu to "tổ chảng". Sau khi đầy cát, chiếc tàu to "tổ chảng" chạy chầm chậm trong lòng sông, trước ánh mắt uất hận, dòng lệ oán hờn và sự nguyền rủa âm thầm của người dân!

Mỗi khi thấy chiếc tàu to "tổ chảng" đó không thể nào bà Ngoại của Mận không "bức xúc" vì nhớ lại bảng tin mà mấy "bà già trầu" ngoài chợ thường truyền miệng nhau: *"Ông Dương Văn Số, 83 tuổi, bà Số 79 tuổi, nhà cặp bờ sông Tiền, trên cồn Tân Bắc (cồn Dơi), ấp Tân Bắc, xã Tân Phú, huyện Châu Thành tỉnh Bến Tre... Từ hồi bị nạn "cát tặc" tới giờ... Ông bà chỉ còn một thẻo mỏng dánh vài mét kẹp giữa bờ bao trong, và lòng sông".* [1]

Ngôi nhà tranh nhỏ xíu của Ngoại cũng "nằm kẹp" giữa "lộ đất" và bờ sông, không biết lúc nào sẽ "đổ ụp" vào lòng sông và không biết Mẹ con, Bà cháu của Ngoại có thoát chết được hay không! Nghĩ đến cảnh hãi hùng có thể xảy đến, Ngoại "chửi đổng":

- Mẹ bà nó, cái thứ phản phúc! Ngày xưa – còn mang danh Việt cộng – ăn không đủ no, áo không đủ mặc thì tụi nó "trốn chui trốn nhủi" trong rừng dừa nước, rừng tràm để tránh "đụng độ" với lính Cộng Hòa. Bây giờ, chiếm được miền Nam rồi, tụi nó lộ nguyên hình là bọn c.s.V.N. bóc lột, hết chiếm đất của dân, của nhà thờ, của chùa thì nay tụi nó lấy cát để bờ sông sụp, cho dân chết trôi – còn người Tàu và người c.s.V.N. thì sống phủ phê trong những dinh thự "hoành tráng"!

Chính những dinh thự "hoành tráng" này làm cho đảng và "nhà nước" c.s.V.N. lúc nào cũng cảm thấy "tự hào?". Niềm tự hào "to đùng" này được Tổng Bí Thư Nguyễn Phú Trọng hãnh diện tuyên bố rằng: *"Nhìn tổng quát, đất nước ta có bao giờ được thế này không?"* còn người dân thì lúc nào cũng tìm mọi phương tiện để ra đi – nhất là đi sang xứ của "đế quốc Mỹ xâm lược"!

Khi mới lớn, nghe Tý – anh của Mận – "học đòi" theo Việt Cộng cùng mấy thằng bạn chăn trâu, chăn bò trong xóm thường dùng "cụm từ" "đế quốc Mỹ xâm lược", Mận không hiểu; vì ba anh em của Tý chỉ được học để biết đọc, biết viết và biết bốn phép tính cộng, trừ, nhân, chia mà thôi.

Một hôm, không hiểu từ đâu, vài chiến đỉnh của Hải Quân Việt Nam Cộng Hòa (V.N.C.H.) đến, ủi bãi gần nhà. Mận và nhóm bạn cùng lứa có vẻ lo sợ – vì thường nghe Tý và nhóm "đồng chí nhí" của Tý bảo rằng lính "Ngụy" ăn thịt người – vội núp sau mấy bụi chuối, len lén nhìn ra bờ sông. Khi thấy mấy ông lính "Ngụy" đem dầu ăn, đồ hộp và cơm sấy đến từng nhà, tặng, Mận không hiểu gì cả. Thấy Ngoại vừa cầm mấy lon đồ hộp, mấy bao cơm sấy vừa cười, Mận vội chạy đến, cầm mấy lon thức ăn giùm cho Ngoại.

Chưa kịp đem quà vào nhà, Mận nghe nhóm bạn reo vui *"Mỹ cho kẹo. Mỹ cho kẹo".* Nhìn về phía nhóm bạn, Mận thấy một người đàn ông cao lớn, da trắng, tóc vàng, mắt xanh, không nói được tiếng Việt, đang lấy kẹo từ túi áo nhà binh tặng đám trẻ con trong khi mấy ông lính Cộng Hòa đứng cạnh, nhìn, cười. Mận vội vàng đem mấy lon đồ hộp và gạo sấy vào nhà rồi chạy nhanh đến nhóm bạn, chìa bàn tay về phía ông Mỹ.

Ông Mỹ đang tặng kẹo cho nhóm con gái thì không biết ai báo cho Tý và đám con trai ngoài ruộng; đám con trai chạy ào tới. Ông Mỹ lắc lắc hai bàn tay, tỏ dấu hết kẹo. Bất ngờ, một ông lính Cộng Hòa trên chiến đỉnh – mà Tý, nhóm "đồng chí nhí" của Tý và trẻ em quanh xóm được Việt Cộng tuyên truyền rằng tàu của "Ngụy" làm bằng... giấy – gọi lớn: *"Mike!"* Ông Mỹ quay nhìn về hướng có tiếng gọi. Ông lính Cộng Hòa nói gì đó rồi ông Mỹ đi lui về chiến đỉnh, vừa cười vừa vẫy tay nhè nhẹ, vừa nói "bye bye" với nhóm trẻ em. Mận tự hỏi: *"Sao ổng người Mỹ mà cũng tên 'Mai', ngộ 'wá hén?"*

Gần tối, sau khi Má và Lê – chị của Mận và là em của Tý – làm ruộng về, Ngoại nấu nước sôi, cho vào bịch cơm sấy, để một chốc rồi cả nhà khui mấy lon đồ hộp, ăn với cơm sấy. Đang ăn "ngon lành", tự dưng Ngoại nói:

- Đồ ăn của Mỹ "Ngụy" ngon như ""zầy" mà sao tụi nó "hỏng" ăn, lại đem cho mình?

Mận cũng thắc mắc:

- Đồ ăn thơm, ngon thì đem cho rồi xẻ thịt moi gan người ta mà ăn!

- Bậy, mày! Ai ăn thịt người?

- Mỹ "Ngụy" chớ ai!

- Ai nói vậy?

- Anh Tý nói.

- Cái thằng Tý "cà chớn", cứ nghe mấy thằng "khỉ đột" nói tầm bậy tầm bạ không hà!

- Mấy thằng "khỉ đột" là mấy thằng nào, Ngoại?

- Thì mấy thằng mà Ba mày biểu Má mày giấu dưới hầm, ngoài vườn, mày thường đem cơm nước cho tụi nó mỗi chiều đó chứ ai!

- Con hỏng thích mấy người đó đâu, Ngoại! Người gì mà hôi rình, thúi "wắc", ốm nhom ốm nhách, mặt mày thấy...ghê! Răng vẩu, má lồi, mắt lúc nào cũng láu liêng như mấy con chuột chù, ai mà ăn thịt cho được, Trời!

- Mày nói vậy rủi Ba mày nghe được là mày chết đó, mày!

- Bộ Ba con dám giết con sao, Ngoại?

- Từ ngày Ba mày đi theo "cái đám ôn dịch" đó, Ba mày dám làm mọi chuyện tàn ác, khủng khiếp mà "người mình" "hỏng" dám làm đó, mày!

- Sao Ba ác quá vậy?

- Ờ, thì đám Việt cộng làm cho Ba mày lú rồi, chỉ biết nghe theo thứ ác ôn đó tôn thờ ông Hồ Chí Minh để giết càng nhiều người thì công lao càng lớn.

- Sao Ngoại với Má "hỏng" biểu Ba trở về, đừng theo Việt cộng nữa?

- "Giỡn", mày! Việt cộng mà, ai theo tụi nó rồi mà bỏ tụi nó là tụi nó "làm thịt" cả nhà chứ tụi nó "hỏng" giết "mình ên" người đó đâu!

Má lên tiếng:

- Má nói với nó mấy chuyện đó chi vậy? Nó còn con nít con nôi...

Ngoại cắt lời Má:

- Nó còn con nít thì cũng phải nói cho nó biết để nó tránh xa "cái lũ giết người không gớm tay". Chồng mày đi biệt tăm. Lâu lâu nó lẻn về thì cái bụng của mày "chần dần". Đã vậy nó còn bắt mày chứa thêm mấy "thằng ông nội" dưới hầm để ban đêm mấy thằng này đi khủng bố, đào đường, đặt mìn, ám sát người lương thiện chứ tụi nó có làm ra đồng "xu teng" nào để góp tiền chợ với mày đâu! Thằng Tý với con Lê cũng bắt đầu theo Cha tụi nó, thấy lính Cộng Hòa, hai đứa nó kêu người ta là "Ngụy".

"Ngụy" là gì, Mận cũng chẳng hiểu được. Nhưng mỗi khi thấy mấy chiếc "tàu bằng giấy" – giang đỉnh – của "Ngụy" chạy trên sông, Mận cùng nhóm con gái đang chơi "u-mọi" cũng ngừng chơi, đưa tay vẫy vẫy, miệng cười "toe toét". Đôi khi mấy chiếc "tàu bằng giấy" ủi bãi gần cầu gỗ; nhiều khi họ đi luôn!

Sau "cái ngày ôn dịch" – tiếng của Ngoại ám chỉ ngày c.s.V.N. cưỡng chiếm miền Nam rồi đám "khỉ đột" sau vườn chui ra khỏi hầm, nhảy "cà tưng" – thì mấy chiếc "tàu bằng giấy" đó đi luôn, không bao giờ trở lại!

Trong khi Mận cảm thấy buồn buồn vì sự thiếu vắng của mấy chiếc "tàu bằng giấy" thì Ba trở về trong sự ghẻ lạnh của Ngoại nhưng lại là niềm vui của Má, Tý, Lê và Mận.

Gia đình sum vầy chưa được bao lâu... bỗng dưng một bà chít khăn mõ quạ, nói giọng Bắc "lơ lớ" như người Nùng, đến nhà, xỉa xói vào mặt Ba:

- Tưởng trốn được khỏi tay bà à! Mày lấy được bà là nhờ ơn bác Hồ đã tạo điều kiện cho mày vào đảng c.s.V.N.; rồi sau đó đảng kết hợp mày với "cán bộ gái" ưu tú – là bà đây này! Mày lấy bà có mấy đứa con, đảng và "nhà nước" chứng giám. Bây giờ mày trốn hả? Mày chạy đằng "Giời"!

Biết đây là hậu quả của một "công tử miền Tây giả hiệu", trong thời gian sống ngoài Bắc, thường khoe ẩu là gia đình có ruộng vườn "cò bay thẳng cánh, chó chạy cong đuôi", Ba năn nỉ bà "khăn mõ quạ":

- Cái gì cũng từ từ tôi mới giải quyết được. Vô đây! Vô đây, nói chuyện đàng hoàng để làng xóm khỏi cười.

- Cười "hở mười cái răng"! Bà "bức xúc" lắm rồi, chỉ muốn biết mày giải quyết "sự cố" này như thế "lào"?

Giữa khi Má và Ngoại chưa biết phải phản ứng như thế nào, Ba đáp lời bà "khăn mõ quạ":

- Từ từ tôi sẽ năn nỉ Má thằng Tý chia cho miếng đất, bán lấy tiền làm ăn, nuôi con.

Má ôm mặt, khóc. Ngoại vùng đứng lên, ngón tay trỏ chỉ vào Ba, tay kia chống vào mạn sườn:

- Nè, nè, đất này là đất từ đường/hương hỏa của dòng họ nhà tôi để lại cho tôi. Mấy người ngang ngược vừa phải thôi, nhen! Tưởng chiếm được "Sè-goòn" là chiếm được ruộng vườn của tôi luôn hả? Tôi thề thí cái mạn già này chứ không bao giờ để mất đất đâu, nghe chưa?

- Con lạy Má! Má giúp con; nếu không, nó về Bắc, lôi cả dòng họ nhà nó vào đây thì... con chết, Má ơi!

- Cậu đi theo cái đảng c.s.V.N. "mắc dịch", bỏ vợ bỏ con của cậu bao nhiêu năm nay; bây giờ biểu cái đảng đó nó giúp cậu!

- Từ từ, khi nào có tiền để "bôi trơn" hồ sơ, con sẽ làm đơn xin cấp trên tuyên dương công trạng của Má. Má là "mẹ liệt sĩ"; vì Má đã che chở, nuôi nấng mấy cán bộ trong hầm suốt nhiều năm. Nhờ Má góp công góp sức cho nên "đất nước ta" mới "thống nhất" được đó, Má!

- "Thống nhất" để làm gì khi mà thiên hạ liều chết, bỏ xứ sở, bỏ tài sản để vượt biên, vượt biển "rần rần" vậy, hả? Người ta đã mất tất cả để xa lánh bọn c.s.V.N.; vậy mà bọn c.s.V.N. còn "theo" qua tuốt bên Thái Lan, Mã Lai, v.v... đập phá mấy tượng đài ghi lại lịch sử thuyền nhân của người ta là sao, hả?

Mọi người im lặng, chỉ nghe tiếng "thút thít" của Má. Bất ngờ Mận thấy Ba ra dấu cho bà "khăn mõ quạ" rồi hai người đi đâu "mất tiêu"!

Tối đó, Ngoại và Má vẫn ủ rũ, mỗi người ngồi một góc. Tý, Lê và Mận cũng buồn quá, nhịn đói, nằm "ngủ đại" trên nền nhà...

... Dòng ký ức đau buồn của tuổi thơ vừa đến đây, Mận chợt nghe giọng nhỏ nhẹ của tiếp viên phi hành người Mỹ:

- Cô! Cô muốn dùng loại giải khát nào ạ?

Sau buổi chiều Ba và bà "khăn mõ quạ" đi "mất tiêu", không hiểu tại sao bà "khăn mõ quạ" bị chết, xác trôi sông; Ba bị bắt ở tù! Gia đình đã nghèo, nay càng cơ cực hơn; vì Má phải nuôi Ba trong tù. Ngoại đành cầm thế mảnh đất, lấy tiền "bôi trơn" cho hồ sơ xuất khẩu lao động của Tý. Tý được sang Nhật làm lao công, buôn lậu cần sa. Có tiền, Tý gửi về cho Ngoại chuộc lại miếng đất; và cho Má, khuyên Má cho Lê và Mận qua Rạch Giá sống, ban ngày làm công nhân trong xưởng, ban đêm học Anh văn để sau này dễ tìm sinh kế. Nhờ vậy, Lê quen và thành hôn với ông Việt kiều. Mận – ngoài việc học Anh Văn – lại cảm thấy thích đọc sách báo và nghe "đài nước ngoài" để vun bồi cho số kiến thức quá kém cõi của nàng. Mận đáp bằng tiếng Anh:

- Làm ơn cho tôi một ly nước cam.

Vừa uống nước cam, vừa nhìn qua khung cửa sổ, Mận tự hỏi, đất đai của nước Mỹ còn thừa biết "cơ man nào mà kể"; vậy mà Mỹ không cho Trung cộng thuê hoặc "bán bớt" cho Trung cộng – giống như đảng và "nhà nước" c.s.V.N. đã và đang thực hiện – lấy tiền "xài cho đả"? Mỹ ngu thiệt!

Bất chợt Mận tự hỏi: Ủa, nếu "Mỹ ngu như dzậy" thì tại sao dân tộc nào – kể cả kẻ "thắng" Mỹ, như người c.s.V.N. thường huênh hoang "tự sướng" – cũng đi học Anh văn và đều muốn qua Mỹ sống; hoặc "chí ít" cũng tìm cách gửi con cháu sang Mỹ học "cái ngu của Mỹ"?

Bằng cớ c.s.V.N. đã cho người sang Mỹ học "cái ngu của Mỹ" là: Theo đài VOA, phát thanh ngày 03 tháng 06 năm 2019, phi công đầu tiên – giấu tên – của Không Quân c.s.V.N. theo học chương trình của Không Lực Hoa Kỳ hơn 02 năm; nhưng vì bị trở ngại về Anh ngữ cho nên không được tốt nghiệp. Người thứ hai là thượng úy Đặng Đức Toại đang tu nghiệp tại Căn Cứ Không Quân Columbus, Mississippi. Người thứ ba là trung úy Doãn Văn Cảnh, hiện đang theo học Chương Trình Lãnh Đạo Hàng Không.

Hôm nghe phần phát thanh của đài VOA về chàng phi công của c.s.V.N. không được tốt nghiệp sau hơn 02 năm tu nghiệp tại Mỹ, Mận tự hỏi: Tại sao c.s.V.N. lại ngu, không chịu "bôi trơn" hoặc lo thủ tục "đầu tiên" để ban giám khảo của Không Quân Hoa Kỳ "nâng điểm" – như thầy cô bên Việt Nam thường "nâng điểm" cho học trò và sinh viên Việt Nam – để anh phi công đó được tốt nghiệp? Tốt nghiệp từ chương trình của Không Quân Mỹ danh giá lắm chớ "giỡn" sao mà hà tiện! Ngu!

Khi phi cơ ở vào cao độ vừa phải, Mận thấy nhà cửa san sát – dường như "nhà liền đất?" nhiều hơn "nhà liền kề?" – nhưng không sơn phết màu mè rực rỡ, chói lọi như nhà bên Việt Nam. Bên Việt Nam, đi vào các thành phố lớn như Hà Nội, Hải Phòng, Dalat, Nha Trang, Saigon, v.v...thì sẽ thấy những dinh thự, những mộ phần màu sắc rực rỡ, trông nham nhở không thua gì gương mặt "bự" son phấn của mấy cô gái làm trong các tiệm "cà phê mùng", "bia ôm" và mấy "em chân dài"!

******

Thấy xe chạy "vèo vèo" trên xa lộ cả tiếng đồng hồ mà không phải dừng lại để trả tiền, Mận ngạc nhiên, hỏi Lê:

- Sao không có trạm thu tiền nào hết vậy, chị?

- Thu tiền gì?

- Tiền xử dụng "đường cao tốc".

- Chỉ một vài xa lộ thu tiền thôi; nhưng dọc hai bên xa lộ đó – cũng như dọc hai bên các xa lộ không thu tiền – đều có đường cho người nào không muốn lái trên xa lộ thì lái trên đường đó.

- Xa lộ là cái gì?

- Freeway, "đường cao tốc".

Vì có người anh rể và đứa cháu ngồi trong xe, Mận không dám nói ra nhưng lại thầm nghĩ: "Đường cao tốc" như mạn lưới, đã không thu tiền như BOT ở Việt Nam mà còn làm thêm hai đường song song cho người nào không muốn lái trên xa lộ được xử dụng, đúng là Mỹ ngu thiệt!

Nghĩ rằng Mận đi đường xa, mệt, ít muốn nói chuyện, Lê gợi chuyện tiếp:

- Nghỉ ngơi vài ngày rồi tập lái xe, đi học làm "móng" (tay), kiếm tiền, đặng còn lo đường chồng con chớ ở vậy hoài sao, Mận?

Sau "cái ngày ôn dịch" được mấy năm, Mận "trổ mả" thành một thiếu nữ hiền thục, xinh xắn, làm cho vài anh công an, "bộ đội cụ Hồ" và một anh cựu Nghĩa Quân – hồi xưa đóng trong đồn gần ngã ba sông Cái Lớn – "phải lòng". Ai trong xóm cũng nhận thấy Mận có nhiều cảm tình với anh Nghĩa Quân. Rồi Mận và anh Nghĩa Quân yêu nhau. Mỗi chiều "hai đứa" thường hẹn hò, đi chầm chậm dọc bờ sông. Rồi, rất bất ngờ, tin anh Nghĩa Quân bị "công an nhân dân" bắt giam về tội phản động, cấu kết cùng "thế lực thù địch" với ý đồ lật đổ "nhà nước" được công an "tung" ra. Trong khi gia đình anh cựu Nghĩa Quân và Mận chưa biết phải khiếu nại nơi nào để cứu anh thì lại nhận được tin anh Nghĩa Quân đã "tự tử ?" chết trong tù!

Nỗi đau thương còn đọng mãi trong trái tim vụn vỡ và cũng vì thương Má một đời cơ cực và thương Ngoại tuổi già quạnh hiu, Mận không muốn lập gia đình. Mận đáp:

- Thôi, em ở vậy, ráng đi làm kiếm tiền giúp Má, giúp Ngoại; khi nào Ngoại "về với Ông Bà" rồi tính.

- Hồi đó tao nói Má làm hồ sơ gửi qua để tao bảo lãnh Má và Ngoại luôn mà Má không chịu làm.

Mận nhớ, năm đó, sau khi nói chuyện điện thoại với Lê, Má hỏi ý kiến Ngoại. Ngoại bảo Ngoại "hỏng" đi đâu hết. Ngoại "bám trụ" ở đây để khi "về với Ông Bà" Ngoại sẽ được chôn trong mảnh đất của Ông Bà Tổ Tiên. Ngoại không như ông Hồ Chí Minh và người c.s.V.N., đưa cả mấy triệu dân Việt Nam vào chỗ chết chỉ để đánh Mỹ "kíu" nước. Mỹ đi, mang theo những người đã làm việc cho Mỹ, vợ và con lai của Mỹ. Còn Trung cộng, để rồi coi, Trung cộng lấy vợ Việt Nam, sinh con đẻ cái ở đây, cũng giống như Việt cộng hồi xưa – trước khi tập kết ra Bắc – "cấy" lại miền Nam biết bao nhiêu "hạc giống đỏ" để phá hoại miền Nam. Sau này Trung cộng cũng làm "y chang" như vậy. Nếu bây giờ người Việt trong nước cứ "im re", vì nghe c.s.V.N. chối "bai bải" là "hỏng" có chuyện bán hoặc cho Trung cộng thuê đất. Tới một ngày nào đó người mình "sáng mắt" ra thì sẽ có trận Thiên An Môn ngay trên đất nước Việt Nam cho mà coi!

Mận ngạc nhiên, hỏi: Sao Ngoại biết mấy chuyện đó, tài vậy? Ngoại bảo Ngoại không biết đọc mà

Ngoại biết nghe. Mấy "bà già trầu" buôn bán ngoài chợ "chồm hổm", tối hôm trước con cháu lén nghe "đài nước ngoài", bàn tán sao đó, ngày hôm sau – lúc xế trưa, ế hàng – mấy bả bàn tán, nói cho nhau nghe; vậy là Ngoại nghe rồi Ngoại "để bụng". Ngoại không chịu rời nơi "chôn nhau, cắt rún" thì làm sao Má đành lòng bỏ Ngoại mà đi!

Thấy Mận như đang chìm vào vùng ký ức nào đó, Lê lại gợi chuyện:

- Mận! Về nhà nhớ tập nói tiếng Anh với cháu Andy cho quen, nha!

Nhớ ngày trước Lê cho Ngoại và Má biết Andy bị tật bẩm sinh, Mận xoay sang hỏi nhỏ Lê:

- Cháu có thay đổi gì được không, chị?

- Nó sinh ra như vậy thì chịu thôi!

- Nếu vậy thì làm sao cháu đi học được mà chị biểu em tập nói tiếng Anh với nó?

Chồng của Lê giải thích:

- Ở đây, tùy theo mứt độ khuyết tật, có các lớp riêng cho học trò tiểu học và trung học; lên đại học thì – tùy tiểu bang – nhà trường sẽ có một chuyên viên vào lớp, vừa nghe giáo sư giảng bài vừa đánh máy vào computer; sau đó in bài giảng rồi trao cho sinh viên khuyết tật.

- Trời đất! Một đất nước mà lo cho dân đến như vậy thì... "hết biết"!

Im lặng một chốc, Mận chợt nhớ, vội hỏi Lê:

- Có phải con của chị bị ảnh hưởng chất độc da cam không, chị?

- Bậy, mày!

- Bên Việt Nam, đứa bé nào ra đời mà "có vấn đề" đều bị c.s.V.N. đổ thừa là ảnh hưởng chất độc da cam của Mỹ.

- C.s.V.N. muốn "níu áo" Mỹ, đòi bồi thường chiến tranh đó mà. Còn lâu! Khi hai bên "wuýnh" nhau thì tận dụng mọi phương tiện. C.s.V.N. áp dụng chiến thuật biển người – một chiến thuật man rợ, vô nhân đạo nhất của loài người, do c.s.V.N. học của Trung cộng từ thời Điện Biên Phủ – thì Mỹ rải chất độc da cam để quân của cụ Hồ không có nơi ẩn nấp. "Kẻ chín lạng, người mười phân" chứ c.s.V.N. có nhân từ gì đâu!

Là một người ít nói, nghe Lê và Mận đối đáp, chồng của Lê mỉa mai một cách cay đắng:

- Theo anh, chất độc da cam đã ảnh hưởng đến những người c.s.V.N. có "sáng kiến" cũng như có "công lao" vẽ bức tranh Đạo Pháp và dân tộc được trưng bày vào ngày Lễ Phật Đản năm 2019 tại Học Viện Phật Giáo Việt Nam, tọa lạc tại Sóc Sơn, Hà Nội mà thôi! (2)

Lê ngạc nhiên:

- Sao kỳ vậy?

- Đạo lý của người Việt Nam là thờ kính Ông Bà Cha Mẹ. Từ ngày ông Hồ Chí Minh xuống tàu làm bồi cho Tây rồi du nhập vào Việt Nam chủ thuyết cộng sản để giết người Việt thì đảng c.s.V.N. "tôn" ông Hồ là "Bác". Sau đó, thấy dân không phản đối, c.s.V.N. "thăng chức" cho ông Hồ Chí Minh lên làm "Cha già dân tộc". Bây giờ đảng và người c.s.V.N. – những kẻ có tư tưởng bệnh hoạn, tâm trí rối loạn, mất nhân tính và khối óc đen thui như bùn – vì bị chất độc da cam hủy hoại não bộ cho nên mới dám đặt hình của tên đồ tể khát máu Hồ Chí Minh ngang hàng với Đức Phật Thích Ca Mâu Ni! Đây là sự xúc phạm Phật giáo không thể tha thứ được!

Nghe anh rể phân tích, Mận buồn quá, than thầm: Đất nước Việt Nam, trên nguồn thì Trung cộng xây đập, ngăn sông Dương Tử, "thắt họng" vựa lúa miền Nam; cao nguyên thì Trung cộng khai thác "bauxite"; ngoài biển thì Trung cộng chiếm Hoàng Sa, Trường Sa của Việt Nam, xây đảo nhân tạo và cho quân đội giả ngư dân trên những chiếc thuyền đánh cá được trang bị vũ khí để đuổi, bắn, đâm chìm ghe của ngư dân Việt Nam; bờ biển thì Trung cộng xây cao ốc, cơ xưởng, thải chất độc hủy hoại môi trường, làm cá chết "biết cơ man nào mà kể"; đất liền thì công an và quân đội nhân dân "giải phóng mặt bằng"; lòng sông và bờ sông thì "cát tặc"[3] hoành hành! Còn chỗ nào trên Quê Hương cho người Việt Nam sống hay không, Trời!!!

1.- An Nhiên, RFA
2.- Gió Bấc, RFA.
3.- Những chữ trong ngoặc kép "..." đa số là tiếng của c.s.V.N.; số còn lại là thổ ngữ của người địa phương.

VỊ THẾ CỦA ÔNG BILL GATES

Bất ngờ đọc được câu phát biểu thiếu ý thức của ông Bill Gates - Microsoft co-founder, also co-chair of the Bill & Melinda Gates Foundation - trên Fox Business: *"China's rise is a 'huge win for the world'"*, tôi cảm thấy phẫn uất.

Link: https://www.foxbusiness.com/economy/bill-gates-says-chinas-rise-huge-win-world

Tôi hiểu rằng, tại một nước tự do, như Hoa Kỳ, ai muốn nói gì cứ nói; phát ngôn có tính cách xúc phạm sẽ bị ra tòa. Nhưng, nhiều người có trình độ văn hóa, giáo dục, giàu và nổi tiếng trên thế giới - như ông Bill Gates - thường cố tránh, không muốn xúc phạm bất cứ cá nhân hoặc tập thể nào cả.

Khi còn chung sống với nhau, ông Bill Gates và bà Melinda Gates đồng sáng lập hội từ thiện The Bill & Melinda Gates Foundation.

Hành động thiện nguyện của ông Bill Gates đáng ca ngợi bao nhiêu thì phát ngôn của ông Bill Gates –

trên Fox Business ngày 25/Jan/2023 @8:31PM EST – để tâng bốc kẻ hiếu chiến Trung cộng cũng đáng trách bấy nhiêu!

Phát ngôn của ông Bill Gates đã khơi lại nỗi đau thương trong lòng người dân các nước nhược tiểu từng bị – hoặc đang bị hay đang từ từ "rơi" vào vị thế sẽ bị – Trung Hoa đô hộ, đàn áp, bốc lột, hành hạ như Việt Nam, Uyghur và Đài Loan!

Phát ngôn của ông Bill Gates cũng làm đau lòng những gia đình người Mỹ có thân nhân đã hy sinh trên chiến trường Việt Nam, sau 1954 đến 1975, để ngăn chặn sự bành trướng của chủ nghĩa khát máu do cộng sản Trung Hoa cổ xúy, ông Hồ Chí Minh xách động và cộng sản Việt Nam (c.s.V.N.) làm tay sai, với mục đích bành trướng chủ nghĩa cộng sản!

Phát ngôn của ông Bill Gates cũng xúc phạm đến Vong Linh và gia đình 74 Tử Sĩ của Hải Quân và các quân binh chủng bạn thuộc Quân Lực Việt Nam Cộng Hòa (V.N.C.H.) đã tử trận tại Hoàng Sa, ngày 19 tháng 01 năm 1974!.

Quần đảo Hoàng Sa thuộc hải phận của V.N.C.H., nhưng lại là mục tiêu "trao đổi âm thầm" giữa Trung cộng và c.s.V.N. để Trung cộng viện trợ vũ khí cho c.s.V.N. suốt cuộc chiến từ 1954 đến 1975.

Phát ngôn của ông Bill Gates cũng khơi niềm căm phẫn trong lòng người Ngô Duy Nhĩ (Uyghur).

Theo bảng tin của Aaron Kliegman, trên Fox News, ngày 29/ Jan/2023@8:12AM thì: "... *The U.S. Holocaust Memorial Museum and the State Department under both the Trump and Biden administrations have assessed China is committing genocide against the Uyghurs. Since 2017, the Chinese government has reportedly imprisoned more than a million Uyghurs in concentration camps, where according to leaked documents from inside China detainees are subjected to rape, torture, forced labor, brainwashing, and forced sterilization."*

Phát ngôn của ông Bill Gates cũng làm đau lòng người Đài Loan; vì người Đài Loan lúc nào cũng phải đối mặt với sự hăm dọa nặng nề, thường xuyên và liên tục của Trung cộng.

Sự hăm dọa của ông Xi Jinping – lãnh tụ của Trung cộng – đối với Đài Loan càng trở nên công khai và trắng trợn hơn kể từ khi Hoa Kỳ tăng ngân sách quốc phòng. Theo Associated Press ngày 24/ Dec/2022@1:23 AM thì: *"President Joe Biden signed the $858 billion defense bill into law in Washington on Friday. It includes about $45 billion more than Biden had requested as lawmakers look to offset inflation and boost the nation's military competitiveness with China and Russia...*

...In the Indo-Pacific region, the legislation authorizes increased security cooperation with Taiwan and requires expanded cooperation with India on emerging defense technologies, readiness and logistics...

...The Chinese Foreign Ministry statement said the U.S. defense bill "severely affects peace and stability across the Taiwan Strait."

Ngay hôm sau, ngày 25/Dec/2022@8:22PM, cũng trên The Associated Press: *"TAIPEI, Taiwan — China's military sent 71 planes and seven ships toward Taiwan in a 24-hour display of force directed at the self-ruled island, Taiwan's Defense Ministry said Monday, after China expressed anger at Taiwan-related provisions in an U.S. annual defense spending bill...*

Between 6 a.m. Sunday and 6 a.m. Monday, 47 of the Chinese planes crossed the median of the Taiwan Strait, an unofficial boundary once tacitly accepted by both sides, according to Taiwan's Ministry of National Defense..."

Hăm dọa Đài Loan bằng vũ lực và "tuồn" vào Mỹ không biết bao nhiêu cần sa, chưa đủ, Trung cộng thành lập đồn cảnh sát, có khí giới và do nhân viên của Trung cộng điều hành, tại Hoa Kỳ và trên nhiều nước khác – nhưng sau đó Trung cộng chối. Mời đọc Vấn Đề Hôm Nay của Điệp Mỹ Linh.

Link: https://www.baoquocdan.org/2022/11/iep-my-linh-van-e-hom-nay.html

Ngày 28/Jan/2023, bất ngờ bong bóng gián điệp – spy balloons – của Trung cộng xâm nhập không phận Hoa Kỳ; bay ngang các cứ điểm nguyên tử và phi trường quân sự!

Sau khi spy balloon đầu tiên của Trung cộng bị Mỹ phát hiện, Trung cộng xác nhận bong bóng đó là của Trung cộng. Nhưng, Trung cộng ngụy biện rằng bong bóng đó chỉ dùng để thăm dò thời tiết chứ không phải là bong bóng do thám.

Khi biết *"An F-22 Raptor fighter from the 1st Fighter Wing at Langley Air Force Base, Virginia, fired one AIM-9X Sidewinder missile at the balloon"*, phát ngôn viên của Trung cộng – Mao Ning – lên án Hoa Kỳ: *"This is an unacceptable and irresponsible action."*

Link:https://time.com/6253137/china-response-shoot-down-balloon-retaliate/

Theo Nectar Gan và Wayne Chang trên CNN's Beijing bureau, ngày 13/Feb/2023, thì: *"... So far, the US has detected suspected Chinese balloons over 40 countries across five continents..."*.

Spy balloons cũng xuất hiện tại Hawaii và Guam, thuộc Hoa Kỳ.

Theo Kelly Ng. trên BBC News, ngày 13/Feb/2023@10:45 AM CST thì: " *China's foreign ministry says the US has flown balloons into its airspace more than 10 times in the past year.*

It comes after the US on 4 February shot down a suspected spy balloon over its airspace - which China said was one of its weather balloons gone astray."

Cũng ngày 13/Feb/2023@3:36 PM CST, trên Reuters, thì: *"There are no U.S. surveillance aircraft in Chinese airspace, White House national security spokesman John Kirby said on Monday".*

Không phải đợi đến khi Trung cộng công khai xâm nhập không phận Hoa kỳ tôi mới hoảng sợ; mà sự lo sợ trong tôi cứ lớn dần, lớn dần theo những biến động kinh hoàng, đầy hoảng loạn trong xã hội Hoa Kỳ vào thời gian gần đây; vì những bạo loạn ngoài xã hội, trong trường học hoặc trong gia đình và "drive-by shooting"! Ngoài ra, tai nạn giao thông cũng tăng mạnh; vì người lái xe dùng cần sa, không thể tự kiểm soát được!

Trong nhiều bài trước, tôi đã đề cập đến những điều tai hại do Trung cộng gây nên cho Hoa Kỳ và thế giới, như:

* Trung cộng mua đất cạnh phi trường quân sự hoặc cơ quan nguyên tử của Hoa Kỳ; nay bị Hoa Kỳ cấm.

Thế mà trên AsAmNews, ngày 13/Feb/2020@10:06AM, tựa bài của Randll như thế này: *"Houstonians rally against anti-Chinese land bill"*; mở đầu bằng câu: *"Some 300 mostly Chinese Americans marched in Houston this weekend against a bill that would prohibit the purchase of land in Texas by Chinese, Russian, North Korean and Iranian citizens or businesses."*

Mỹ cũng cấm các dân tộc khác không được mua đất chứ không phải Mỹ chỉ cấm một mình Trung cộng, thế thì tại sao lại kết tội Mỹ kỳ thị? **Tại sao khi Trung cộng ngang nhiên cho spy balloons xâm phạm không phận Hoa Kỳ, không một người Trung Hoa nào – đang sống tại Hoa Kỳ – phản đối hoặc chỉ trích Trung cộng?**

* Thuốc Tây và thức ăn tại Mỹ bị "recall" vì nhiễm độc.

* SARS và Covid-19 xuất phát từ Trung cộng.

* Tình trạng an ninh trên nước Mỹ đã tệ hại đến như thế mà vài thành phố còn "defund the Police" là nghĩa lý gì?!

Tất cả những tệ hại kể trên đã và đang làm cho xã hội Hoa Kỳ bị rúng động một cách dữ dội để rồi sẽ trở nên ... thê thảm như miền Nam Việt Nam vào đầu thập niên 70!

Hôm nay, ngày 15/Feb/2023, tôi thấy trên Bloomberg News câu này: *"At a briefing Wednesday, Foreign Ministry spokesman Wang Wenbin repeated Beijing's view that the Chinese balloon downed by a US jet off the South Carolina coast this month had inadvertently floated over the country after being blown off course. He criticized the Biden administration's decision to take it out and said the move would have consequences.*

"China is strongly opposed to this and will take countermeasures against relevant US entities that have undermined our sovereignty and security to firmly safeguard our sovereignty and legitimate rights and interests," Wang told reporters at the daily briefing.

Chán thái độ "vừa ăn cướp vừa la làng" của Trung cộng, tôi tìm tin khác và thấy bản tin của Caroline Wagner, ngày 10/Jan/2023@8:55AM, trên UPI News, câu này: "... *Since 2000, China has sent an estimated 5.2 million students anh scholars to study abroad. The majority of them studied science or engineering. Many of these students remained where they studied, but an increasing number return to China ...*"

Hơn năm triệu sinh viên Trung cộng sang Mỹ du học; một số ở lại Hoa Kỳ (để làm gián điệp và nội tuyến); một số trở về Trung cộng (để phát huy/thực hiện/truyền bá kiến thức đã học được từ Hoa Kỳ)!

Kết quả của sự truyền bá/phát huy/thực hiện của cựu du học sinh Trung cộng từ Mỹ trở về Trung cộng là Trung cộng xây nhiều đảo nhân tạo trên biển Đông; có hàng không mẫu hạm và hạm đội; có phi cơ phản lực; có phi thuyền không gian và bây giờ là spy balloons!

Theo bản tin của Anders HagstromSun, ngày 12, Feb/2023@12:07 PM CST thì: *"The U.S. has shot down three aircraft over North America in the past week, with the first being a Chinese spy balloon off the coast of South Carolina on Feb. 4. The second and third are believed to have been smaller balloons, which were shot down over Alaska and Canada, respectively..."*

Nhận ra dã tâm của ông Xi Jinping là chỉ muốn "hạ" Mỹ để trở thành "bá chủ toàn cầu", tôi tự hỏi: Không hiểu ông Bill Gates đã nhận thức được sự "vươn lên" của Trung cộng là "sự thắng lớn cho thế giới" hay chưa? Ông Bill Gates nghĩ gì khi Hoa Kỳ đang bị thù trong/giặt ngoài?

Chán nản, tôi vào TheStreet News và thấy bài của Jeffrey Quiggle, ngày 27/Jan/2023@5:39PM EST, với tựa đề: *"Bill Gates Admits He's Not on Same Page as U.S. Politicians Regarding China's Rise".*

Link: https://www.thestreet.com/technology/bill-gates-admits-hes-not-on-same-page-as-u-s-politicians-regarding-chinas-rise

Tôi cảm thấy hoảng loạn, tưởng như tôi đang sống tại Saigon vào thời điểm sôi sục nhất của cuộc chiến và đang vừa khóc vừa đọc lời "tuyên bố!" của bà Nguyễn Thị Bình!

CỘNG SẢN VIỆT NAM, CHỜ ĐÓ!

Cho đến khi viết bài này, tôi cũng vẫn không hiểu tại sao, cách nay hơn 40 năm, trong buổi lễ vô cùng trọng thể để di dân nhập tịch tuyên thệ trung thành với Hoa Kỳ, tôi lại vừa quẹt nước mắt với tâm trạng vô cùng đớn đau – không khác chi lúc tất cả sĩ quan, binh sĩ, đồng bào và gia đình tôi trên Dương Vận Hạm Thị Nại HQ502, vừa hát Quốc Ca Việt Nam Cộng (V.N.C.H.) trong buổi lễ Hạ Kỳ tại Subic Bay, năm 1975 – vừa khóc!

Không phải chỉ có gia đình tôi, mà hầu như tất cả người Việt tỵ nạn cộng sản Việt Nam (c.s.V.N.) tại Hoa Kỳ, từ năm 1975, đều vươn lên từ đau thương, từ mất mát và hy sinh mọi điều mới tạo dựng được thế hệ di dân thứ hai rực rỡ!

Ngoài lòng hy sinh, nỗi đau thương và sự mất mát, người Việt tỵ nạn c.s.V.N. còn mang theo nền văn hóa và đạo đức của sự giáo dục đầy nhân bản thuộc chính thể V.N.C.H..

Những thành tựu lớn lao của thế hệ người Việt di dân thứ hai không những giúp người Việt sang Mỹ sau năm 1975 được dễ dàng hội nhập vào xã hội mới, trong mọi lãnh vực – như giáo dục, y tế, luật pháp, quân sự, chính trị, âm nhạc, văn học, kỹ thuật, khoa học, khoa học không gian, v.v. – mà những thành tựu tuyệt vời của thế hệ di dân thứ hai còn là niềm hãnh diện chung của những người mang dòng máu Lạc Hồng.

Cùng một thời gian, từ 1975 đến 2021, trong khi người Việt tỵ nạn cộng sản vượt qua không biết bao nhiêu khổ nạn để vừa xây dựng tương lai vừa gửi từng đồng đô–la đẫm mồ hôi và nước mắt về Việt Nam cứu giúp người thân đang bị c.s.V.N. đọa đày trong các trại cải tạo và ở kinh tế mới vừa tạo được nhiều thành quả lớn lao trong mọi lãnh vực trên thế giới thì người c.s.V.N. lại thực hiện những điều quá tồi tệ, quá bẩn thỉu, làm nhục Quốc thể Việt Nam!

Tôi sẽ không khơi lại những hành động thiếu lễ độ, thiếu giáo dục, vô văn hóa của những nhân vật cao cấp trong guồng máy đầy ác tính của c.s.V.N. và của du học sinh từ Việt Nam sang ngoại quốc du học – như Dương Đức Thịnh – bị giới truyền thông quốc tế phổ biến và ghi lại.

Tôi cũng sẽ không nhắc đến vấn nạn xuất cảnh lao động để 39 "thùng nhân" người Việt bị chết thảm. Thông Tấn Xã Việt Nam, ngày 09/12/2021 @ 14:45:05 đưa tin: *"Phim tài liệu One Year on the*

Essex Lorry Tragedy về một năm sau thảm kịch 39 người Việt thiệt mạng trong xe tải tại Essex (Anh) do báo Việt Nam News, Thông tấn xã Việt Nam thực hiện, được trình chiếu tại Liên hoan phim quốc tế thường niên Erie, tại tiểu bang Pennsylvania, Hoa Kỳ, từ ngày 10 đến 19/12/2021".

Trong những đợt xuất cảnh lao động từ Việt Nam, nữ giới làm điếm, làm "osin"; nam giới trồng cần sa, bị bắt, bị nhốt tù. Thế mà, dạo này, dư luận viên của c.s.V.N. sửa lại là: Thanh niên Việt Nam canh gác, bảo vệ các trại trồng cần sa – ngầm bảo rằng thanh niên xuất cảnh lao động từ Việt Nam sang các nước khác chỉ làm công việc canh gác/bảo vệ các trại trồng cần sa chứ thanh niên Việt Nam không trồng cần sa!

Tôi chỉ muốn đề cập đến hai câu trong bản tin của đài VOA, ngày 29/11/2021 @ 2:50 PM. Hai câu ấy như thế này: *"Mỹ không mời Việt Nam tham gia hội nghị thượng đỉnh về dân chủ sắp diễn ra. Bộ ngoại giao Mỹ cho biết khi công bố danh sách các nước được mời hôm 23/11. Sẽ có 110 nước tham dự sự kiện được tiến hành qua mạng vào hai ngày 9 và 10/12, có mục tiêu ngăn chặn tình trạng dân chủ bị thụt lùi và các quyền tự do bị suy yếu..."*

Đọc hai câu này xong, tôi vừa vui vừa buồn!

Vui, vì tôi thấy nhà cầm quyền c.s.V.N. bị "quê xệ" nặng nề trước dư luận thế giới!

Buồn, vì tôi ước chi danh từ kép thân thương "Việt Nam" không bị đề cập đến trong sự kiện bẽ bàng này!

Không bẽ bàng sao được khi mà Đài Loan – một quốc gia có diện tích và dân số kém xa diện tích và dân số Việt Nam – lại được Hoa Kỳ mời!

Đấy, nhà cầm quyền c.s.V.N. lúc nào cũng lừa dối dân Việt bằng những khẩu hiệu "rền vang" như sấm để người dân "tự hào" với khẩu hiệu, với tượng đài, với lễ hội, với đá banh, với nhiều cuộc thi hoa hậu, v.v. mà quên đi nỗi nhục quốc thể do các nhân vật cao cấp trong đảng .c.s.V.N. tạo nên!

Những quốc gia văn minh thường phân định rõ ràng sinh hoạt giữa các địa hạt văn học, nghệ thuật, văn hóa, chính trị, thể thao, v.v. – chỉ có đảng và người c.s.V.N. mới "thừa nước đục thả câu".

Hành động "thừa nước đục thả câu" của đảng và người c.s.V.N. trong dịp thí sinh hoa hậu Việt Nam Đỗ Thị Hà độc tấu nhạc khúc Cô Gái Vót Chông, bằng đàn T'rưng, tại đảo Puerto Rico, thuộc Mỹ, đã cho thấy – một lần nữa – người c.s.V.N. đã lộ rõ bản chất hạ cấp, vô văn hóa, vô giáo dục: Một tay đưa ra nhận tiền, nhận tất cả sự hỗ trợ lớn lao của Mỹ; tay kia lén đâm vào vết thương còn mưng mủ của Mỹ!

Từ ngàn xưa, Ông Bà mình có câu: *"Cái nết đánh chết cái đẹp"* để giáo dục con người. Bây giờ, c.s.V.N.

"biến" một cô gái thi hoa hậu trở thành một kẻ vô liêm sĩ, vô giáo dục và vô văn hóa về hành động thiếu hiểu biết, không thân thiện của cô ấy trong cuộc thi hoa hậu thế giới. Và, cũng chỉ người c.s.V.N. mới manh tâm bỏ câu châm ngôn "Tiên học lễ hậu học văn" trong chương trình giáo dục tại Việt Nam.

(Mời đọc bài của Nguyễn Văn Mỹ trên BBC, ngày 26/11/2021.)

Tôi không buồn hoặc tức giận về hành động thiếu suy nghĩ của cô thí sinh hoa hậu Đỗ Thị Hà mà tôi lại căm phẫn về chính sách khơi động căm thù của người c.s.V.N.. Nếu vị nào nghĩ rằng tôi kết tôi c.s.V.N. một cách quá đáng thì kính mời người đó hãy nhớ lại những dịp 30 tháng Tư, Tết Mậu Thân, mùa Hè đỏ lửa, v.v... c.s.V.N. đã tổ chức ăn mừng chiến thắng "hoành tráng" như thế nào!

Trong khi c.s.V.N. ăn mừng "chiến thắng?", tôi âm thầm tạ ơn Trời Phật đã giúp cho quân lực Hoa Kỳ biết tôn trọng những quy ước quốc tế trong chiến tranh để khỏi tạo nên những War Crimes – như người c.s.V.N. đã cố tình tạo ra – để giết hại người đồng chủng!

Theo định nghĩa của hai chữ War Crimes mà tôi thấy trên internet là: *"Examples of war crimes include intentionally killing civilians or prisoners, torturing, destroying civilian property, taking hostages, performing a perfidy, raping, using child soldiers, pillaging, declaring that no quarter will be given, and seriously violating the principles of distinction and proportionality..."* Theo định nghĩa này thì csVN đã tạo ra không biết bao nhiêu War Crimes, kể từ ngày ông Hồ Chí Minh du nhập chủ nghĩa cộng sản vào Việt Nam cho đến nay!

Trong chiến tranh Việt Nam, Đệ Thất Hạm Đội Hoa Kỳ luôn luôn túc trực tại hải phận Thái Bình Dương. Là một người hiểu rõ sức mạnh của Hải Quân, tôi nghĩ rằng: Nếu quân lực Hoa Kỳ không cố tình tránh né để khỏi tạo ra War Crimes thì không thể nào bộ đội c.s.V.N. có thể kéo dài cuộc chiến tranh xâm lược – từ phía Bắc vĩ tuyến 17, vượt sông Bến Hải, vượt dãy Trường Sơn, vào Nam Việt Nam!

Tôi nghĩ, cả thế giới và người c.s.V.N. cũng hiểu được những điều tôi đã nêu trên; nhưng, vì căn bệnh tự ti mặc cảm quá nặng nề, người c.s.V.N. phải "nổ". Trong khi tự "đánh bóng", người c.s.V.N. và dư luận viên của c.s.V.N. cứ "nổ" là người c.s.V.N. đã thắng Mỹ và thắng nhiều cường quốc trên thế giới – đồng minh của Mỹ – như Úc, Đức, Đại Hàn, v.v.

Không sao! Người csVN cứ "nổ". Nhưng người c.s.V.N. nên đọc kỹ thế giới sử về hậu quả khốc hại của trận Trân Châu Cảng – sau khi Nhật dùng cảm tử quân đánh lén Hạm Đội của Hoa Kỳ tại Honolulu, Hawaii, ngày 07/12/1941 – thì người c.s.V.N. và dư luận viên c.s.V.N. sẽ tự thẹn về sự "nổ sản" của mình!

Ông Bà mình có câu "Sáu mươi chưa què, đừng khoe là lành". Người c.s.V.N. thấy đảng và "bộ đội ông Hồ Chí Minh" – sau khi tiêu diệt không biết bao nhiêu đảng phái đối lập để đưa dân tộc Việt Nam vào tệ trạng "nồi da xáo thịt" – đã vượt quá con số 60 mà vẫn còn "hãnh tiến" (chữ của người Việt trong nước) trên con đường ngập máu và nước mắt của người Việt Nam, cho nên, người c.s.V.N. không thể che giấu được sự ngạo mạn!.

Viết đến đây, tôi chợt nhớ câu ngạn ngữ của Pháp mà Ba tôi đã dạy tôi từ ngày bé thơ: *"Tout passe, tout lasse, tout casse et tout se remplace."* (Everything passes, everything weary, everything breaks and everything replaced).

Chờ đó! Định luật thiên nhiên và quả báo của không biết bao nhiêu triệu oan hồn/ uẩn tử sẽ không cho phép người c.s.V.N. tiếp tục sống ngạo mạn trong niềm "hãnh tiến" đầy ảo vọng đâu!

TỰ ÁI DÂN TỘC

Thời gian gần đây, tướng cộng sản Việt Nam (c.s.V.N.) – Tô Lâm – nhân chuyến công tác sang Anh, đã đến dùng bữa tại một nhà hàng sang trọng. Trong bữa ăn thịnh soạn này, ông Tô Lâm đã há to miệng để được một đầu bếp danh tiếng đút vào mồm miếng thịt bò được dát vàng, dài và nhỏ hơn nắm tay một tí. Không ngờ hình ảnh "phản cảm" (chữ của người Việt trong nước) đó được nhiều phương tiện truyền thông, Việt Nam cũng như ngoại quốc, phổ biến rộng rãi.

Tôi không lưu ý đến sự kiện lố bịch, thiếu tế nhị của một nhân vật đầy uy quyền nhưng kém ý thức và thiếu nhân cách – như tướng Tô Lâm – mà tôi lại cảm thấy dường như tự ái dân tộc của tôi bị tổn tương!

Không phải bây giờ hành động thiếu tư cách của ông Tô Lâm mới làm cho tôi cảm thấy tự ái dân tộc bị tổn thương mà trước đây, khi ông Nguyễn Xuân Phúc quạt "phành phạch" trong buổi hòa nhạc êm dịu, tại Đức; và hình ảnh ông Nguyễn Xuân Phúc "xum xoe" ra vẻ nịnh bợ "kẻ thù xưa" – ông Trump, Tổng Thống Hoa Kỳ – tôi cũng rất ngao ngán khi phải xác định tôi là người Việt Nam!

Hôm nay, bất ngờ, một bản tin của Dusan Stojanovic, trên Yahoo, November 20, 2021, 1:55 AM cũng làm cho tôi cảm thấy tự ái dân tộc bị tổn thương!

Không tổn thương sao được khi tôi thấy tựa của bản tin như thế này: Vietnamese workers at Chinese factory in Serbia cry for help. Nội dung của bảng tin bắt đầu bằng câu: *"Vietnamese workers who are helping construct the first Chinese car tire factory in Europe ride bicycles past security officers near the northern Serbian town of Zrenjanin, 50 kilometers north of Belgrade, Serbia, Thursday, Nov. 18, 2021. Reports have emerged in Serbia of prison-like conditions for some 500 of them at the construction site in north of the country where China's Shandong Linglong Tire Co is building the huge factory.{...} They are shivering in barracks without heat, going hungry and have no money. They say their passports have been taken by their Chinese employer and that they are now stuck in a grim plainland in Serbia with no help from local authorities.{...} Now, it has caught the attention of human rights groups in Serbia, which have warned that the workers could be victims of human trafficking or even slavery.*

Link: https://www.yahoo.com/news/vietnamese-workers-chinese-factory-serbia-075504353.html

Tôi hiểu, chỉ từ ngày c.s.V.N. cưỡng chiếm được miền Nam Việt Nam cho đến nay, nhóm chữ "xuất cảnh lao động" mới xuất hiện trong ngôn ngữ Việt. Tôi cũng từng đọc tin và thấy hình người Việt – dưới sự cai trị sắt máu của nhà cầm quyền c.s.V.N. – sang Á Rập làm cu-li, bị hành hạ và chết như thế nào! Và thảm cảnh 39 người Việt chết trong thùng xe đông lạnh, tại Anh, cũng chưa phai nhòa trong tâm tôi.

Nhưng tin của 500 (năm trăm) người Việt xuất cảnh lao động tại cơ xưởng làm vỏ bánh xe của Tàu cộng tại Serbian, Zrenjanin, Âu Châu, bị bạc đãi xảy ra chỉ trong thời gian ngắn, sau tin ông Tô Lâm há mõm "đớp" miếng thịt bò dát vàng, thì tôi rất tức giận và lòng đầy phẫn uất! Nhưng niềm phẫn uất trong tôi dịu xuống khi tôi thấy vài cơ quan truyền thông ngoại quốc gọi miếng thịt bò dát vàng – mà ông Tô Lâm đã há to miệng để "đớp" – là "bò cộng sản"!

Tôi cũng hiểu, ông Tô Lâm không phải là nhân vật đầu tiên hoặc duy nhất trong đảng c.s.V.N. dám ăn một bữa ăn trị giá bằng ba lần tiền lương mỗi tháng của ông ấy. Và dĩ nhiên, dinh thự của ông Tô Lâm – cũng như dinh thự của các quan chức trong guồng máy đầy ác tính c.s.V.N. – rất "hoành tráng" chứ không như dinh của cựu Hoàng Bảo Đại trên ngọn đồi thấp, tại Cầu Đá, Nha Trang; đã bị c.s.V.N. cho san bằng mấy năm trước.

Nhưng tôi không thể hiểu làm thế nào ông Tô Lâm có thể nuốt trôi miếng thịt bò dát vàng trong khi thảm trạng của Tàu dịch Covid-19 còn hoành hành tại Việt Nam! Và, theo Tuổi Trẻ Online, ngày 24-Oct.-2021, trận lũ lụt hôm tháng Mười, tại miền Trung Việt Nam đã làm hơn năm ngàn (5000) ngôi nhà ở Tam Kỳ bị ngập lụt; hơn hai ngàn năm trăm (2500) người phải sơ tán; một người mất tích. Theo VNExpress ngày 28-Oct-2021, 262 học sinh bị kẹt trong lớp và năm người mất tích tại Quảng Nam. Theo Vietnamnet, 17-Oct-2021, ba người chết. Thành phố Saigon chưa ráo nước!

Những thảm cảnh của người Việt trong nước làm cho tôi buồn bao nhiêu thì khi đọc đến câu này, cũng trong link đã dẫn: *"Now, it has caught the attention of human rights groups in Serbia, which have warned that the workers could be victims of human trafficking or even slavery."* tôi cũng cảm thấy xót xa bấy nhiêu! Và, tự dưng tôi không muốn xác định tôi là người Việt Nam!

Tại sao?

Thưa, mấy mươi năm qua, lúc nào tôi cũng hãnh diện tự nhận tôi là người Mỹ gốc Việt.

Cái gốc Việt mà tôi hãnh diện là từ gương anh dũng và những chiến công hiển hách của Đức Thánh Trần Hưng Đạo, Ngô Quyền, Hai Bà Trưng, Bà Triệu Ẩu chống trả sự xâm lăng của quân Tàu Ô; của Hải Quân Thiếu Tá Ngụy Văn Thà – thuộc Hải Quân V.N.C.H. – Hạm Trưởng HQ 10, trong trận hải chiến với Trung cộng tại đảo Hoàng Sa, ngày 19-01-1974; và gương bất khuất của năm vị Tướng lãnh của Quân Lực V.N.C.H.: Tướng Nguyễn Khoa Nam, Tướng Lê Văn Hưng, Tướng Lê Nguyên Vỹ, Tướng Trần Văn Hai, Tướng Phạm Văn Phú đã tuẫn tiết vào biến cố tháng Tư năm 1975, sau khi c.s.V.N. cưỡng chiếm miền Nam Việt Nam.

Giờ đây – sau gần nửa thế kỷ nhà cầm quyền c.s.V.N. thống trị toàn nước Việt Nam – 500 người Việt Nam phải làm cu-li cho Tàu cộng! Cay đắng hơn nữa là bản tin về 500 người Việt Nam làm cu-li cho Tàu cộng xuất hiện trên phương tiện truyền thông quốc tế lại kèm theo hai chữ "nô lệ" (slavery)!

C.s.V.N. "giải phóng" miền Nam để làm chi; thống nhất đất nước để làm gì mà – ngay sau ngày đất nước bị "giải phóng/thống nhất", 30-04-1975 – cả triệu người Việt phải vượt thoát khỏi Việt Nam bằng mọi phương tiện; dù họ biết họ có thể phải chết trên biển cả hoặc trong rừng sâu? Sau đó, hết đợt này đến đợt khác, người dân Việt phải "tha phương cầu thực", phải làm nô lệ cho Tàu Ô hoặc chết ngộp, như 39 người chết ngộp trong xe tải đông lạnh, bên Anh? Và tướng cộng sản Tô Lâm – chỉ vì miếng thịt bò – quên mất tác phong và nhân cách của một sĩ quan?

Nhưng, nghĩ cho cùng, tướng lãnh và các nhân vật uy quyền trong guồng máy lãnh đạo của đảng c.s.V.N. làm gì có tác phong và nhân cách! Nếu tướng lãnh và lãnh đạo c.s.V.N. có tác phong và nhân cách thì những cổ phần, trương mục mang họ Nguyễn, Trần, Lê, Phan, v.v... trong các ngân hàng quốc tế thuộc về ai? Những dinh thự dát vàng, những nghĩa trang "hoành tráng" tại Việt Nam thuộc về ai? Những sinh viên từ Việt Nam sang Hoa Kỳ du học – lúc nào cũng đi từng nhóm, ăn mặc diêm dúa, "nghênh ngang" nói "oang oang" thứ tiếng Anh "bồi" và luôn luôn "đệm" theo 03 tiếng "what the hell!" – thuộc về ai?

Sau những hành động thiếu văn hóa của nhóm du học sinh "con ông cháu cha" từ Việt Nam sang, cũng như hành động hạ cấp của tướng Tô Lâm "đớp" miếng thịt bò dát vàng, và bản tin trên Yahoo về 500 người Việt làm cu-li cho Tàu cộng đã đề cập đến hai chữ "nô lệ", người Việt Nam nghĩ gì?

Tự ái dân tộc của người Việt Nam có bị tổn thương hay không?

GIỮA HAI CỰU THÙ

Bộ trưởng quốc phòng Hoa Kỳ – Lloyd Austin – đã hoàn tất chuyến thăm Việt Nam ngày 29/7/2021.

Thượng nghị sĩ John Sidney McCain III và Bộ Trưởng Quốc Phòng Hoa Kỳ Lloyd Austin không đồng chủng; ông Lloyd Austin lại mang "mask"; nhưng – nhìn vào tấm ảnh ông Lloyd Austin đứng trước bức tượng nhỏ xíu của ông McCain – tôi vẫn thấy được ánh mắt của ông Lloyd Austin "dừng lại" nơi hai tay đưa cao trong tư thế đầu hàng trên bức tượng của ông McCain, do cộng sản Việt Nam (c.s.V.N.) dàng dựng với dụng ý phỉ báng một sĩ quan cao cấp Hải Quân và cũng là Thượng Nghị Sĩ của Hoa Kỳ.

Về Thượng Nghị Sĩ John McCain, tôi đã viết hai bài; tôi không muốn viết thêm. Nhưng, để những độc giả chưa đọc hai bài mà tôi đã viết về ông McCain, tôi xin trích vài câu trong Wikipedia để dẫn chứng và giải thích về thái độ của ông Lloyd Austin lúc ông đến thăm nơi ông McCain bị người c.s.V.N. thể hiện được tất cả sự vô nhân tính và vô liêm sĩ khi bịa đặt hành động đầu hàng của ông McCain.

Wikipedia viết, đại ý: *"Trong phi vụ thứ 23 của ông McCain để thả bom xuống Hà Nội, phi cơ A-4E Skyhawk bị hỏa tiễn của csVN bắn rơi tại Hà Nội. Sau khi nhảy dù khỏi phi cơ, hai tay và một chân của ông McCain bị gảy... Bị thương nặng như thế, khi đưa vào nhà tù Hỏa Lò, ông McCain không những không được csVN chữa trị mà còn bị csVN đánh đập, tra tấn để khai thác tài liệu quân sự. Nhưng, khi biết được Bố của ông McCain là một Tướng lãnh của Hải Quân Hoa Kỳ thì ông McCain mới được bác sĩ của csVN khám nghiệm..."* Nguyên văn câu xác định trên Wikipedia là: *"His wartime injuries left him permanently incapable of raising his arms above his head."*

Link: https://en.wikipedia.org/wiki/John_McCain#Prisoner_of_war

Ngoài hành động bôi bát cá nhân ông McCain một cách hạ cấp, nhà cầm quyền c.s.V.N. còn cho thấy trình độ dối trá, bịa đặc, dốt nát về Y Khoa của c.s.V.N. đã lên đến mứt thượng thừa. Thử hỏi, một người bị gảy hai tay, sau khi chữa lành vết thương cũng vẫn không thể đưa hai tay qua khỏi đầu – theo Wikipedia – thì làm thế nào người đó, ngay sau khi bị thương, suýt chết đuối tại Hồ Tây, lại có thể đưa cả hai tay lên để đầu hàng?

Tôi nghĩ, câu hỏi của tôi cũng có thể là câu tự hỏi của ông Lloyd Austin khi ông đứng trước tấm bia của ông McCain.

Theo BBC, 07/29/2021 – không thấy tên tác giả – Bộ Trưởng Quốc Phòng Hoa Kỳ, Lloyd J. Austin III, cho biết: *"Sáng nay, tôi có cuộc gặp rất long trọng với Thủ Tướng Phạm Minh Chính. Chúng tôi đã thảo luận một số vấn đề, trong đó có việc Hoa Kỳ cam kết giúp Việt Nam chiến đấu chống dịch Covid-19. Chúng tôi cung cấp 5 triệu liều vaccine Moderna cùng với 20 triệu đô-la hỗ trợ chống Covid-19."*

Tôi rất vui về tin này!

Nhưng, tiếp đến, vẫn BBC, 07/25/2021, không thấy tên tác giả, viết: *"1,5 triệu liều vaccine Moderna do Mỹ tài trợ đã đến Saigon tối 24/07/2021"*. Nhưng, gần cuối bài, tôi thấy câu này: *"Trên trang Tổng Lãnh Sự Hoa Kỳ tại Việt Nam, nhiều người bình luận bày tỏ sự cảm kích với chính phủ Mỹ, số khác hoan nghênh và cho rằng sau bao nhiêu năm, Mỹ vẫn tiếp tục 'chuộc lỗi' với người dân Việt Nam."*

Lúc nào người c.s.V.N. cũng sống với căm thù cho nên chưa bao giờ người c.s.V.N. hiểu được "tinh thần mã thượng" của người Tây Phương. Đa số người Tây Phương đánh nhau "chí chóe", xong, thì thôi, bắt tay nhau. Còn người c.s.V.N., đưa tay ra nhận sự yểm trợ của Mỹ rồi quay lại ra lệnh cho dư luận viên lên án, kết tội Hoa Kỳ!

Có phải người c.s.V.N. muốn gián tiếp khơi lại sự kiện Mỹ Lai để bảo rằng Hoa Kỳ muốn "chuộc lỗi" với người dân Việt Nam hay không?

Nếu người c.s.V.N. nghĩ rằng Hoa Kỳ "chuộc lỗi" với người Việt Nam về sự kiện Mỹ Lai thì đảng và người csVN đã bao giờ "chuộc lỗi" với người Việt Nam về trận tổng công kích Mậu Thân, 1968; trận vượt sông Bến Hải vào mùa Hè 1972; trận thôn tính miền Nam 30/04 năm 1975 chưa? Đã bao giờ người c.s.V.N. "chuộc lỗi" với người Việt Nam vì đã bắt thanh niên/ thiếu nữ miền Bắc "xẻ Trường Sơn" khắc vào người "sinh Bắc Tử Nam" để thiu rụi cả mấy triệu thanh niên, thiếu nữ miền Bắc chưa? Đã bao giờ người c.s.V.N. "chuộc lỗi" với người Việt Nam về những trận pháo kích bằng hỏa tiễn vào trường học và bệnh viện tại miền Nam Việt Nam chưa? Đã bao giờ người c.s.V.N. "chuộc lỗi" với người Việt Nam về những trận pháo kích điên cuồng, dai dẳng, liên tục, chính xác, nhắm ngay vào những đoàn người miền Trung chạy dọc bờ biển để chờ tàu Hải Quân Việt Nam Cộng Hòa (V.N.C.H.) đón, đưa về nơi an toàn hay chưa?

Nếu Mỹ "chuộc lỗi" với người Việt Nam thì đảng và người c.s.V.N. đã bao giờ "chuộc lỗi" với Cha Mẹ của những em bé chăn trâu/chăn bò – trung bình khoảng 12/13 tuổi – đã bị người c.s.V.N. dụ dỗ/dọa nạt, đưa ra mặt trận để được làm "anh hùng" hay chưa?

Nếu Mỹ "chuộc lỗi" với người dân Việt Nam thì tướng c.s.V.N. Võ Nguyên Giáp đã bao giờ "chuộc lỗi" với người Việt Nam về việc tướng Võ Nguyên Giáp đã học chiến thuật "biển người" của Trung cộng để đưa không biết bao nhiêu ngàn thanh niên, thiếu nữ miền Bắc vào "chết mất xác" trên chiến trường miền Nam hay chưa?

Tại chiến trường miền Nam, mỗi khi tháp tùng các cuộc hành quân hỗn hợp giải cứu các đồn Nghĩa Quân bị Việt cộng – viết tắt của danh xưng c.s.V.N. – vây hãm, tôi đã thấy rõ sự ác độc, dã man và tàn bạo của chiến thuật "biển người". Tôi ngầm thắc mắc, làm thế nào Việt cộng có được các loại vũ khí tối tân như hỏa tiễn 120 ly, B40, B41?

Hôm nay, nhân viết bài này, tìm tài liệu, tôi thấy: *"...1949 ... The Viet Minh drive the French from the border region and begin to receive large amounts of weapons from the Soviet Union and China. The weapons transform the Viet Minh from an irregular large-scale insurgency into a conventional army..."*

Link: https://en.wikipedia.org/wiki/United_States_in_the_Vietnam_War

Thì ra c.s.V.N. đã được Tàu cộng và Nga Sô viện trợ từ năm 1949! Thế mà c.s.V.N., trong Wikipedia tiếng Việt lại viết như thế này: *"...Ngoài ra, do thiếu vũ khí, nên lực lượng du kích và Quân Giải phóng miền Nam còn sử dụng một số vũ khí tự chế từ xưa như cung, nỏ, bẫy chông... Thậm chí tài liệu Hoa Kỳ đã ghi nhận những trường hợp trực thăng của họ bị bắn rơi bởi cung nỏ của du kích Việt Nam".*

Link:https://vi.wikipedia.org/wiki/Danh_s%C3%A1ch_v%C5%A9_kh%C3%AD_s%E1%BB%AD_d%E1%BB%A5ng_trong_Chi%E1%BA%BFn_tranh_Vi%E1%BB%87t_Nam

Vào thời Chiến Tranh Việt Nam, nhân loại đang ở vào thế kỷ thứ 20 mà còn có chuyện cung nỏ bắn hạ được trực thăng ư? Trực thăng của Mỹ được làm bằng giấy à? Trước 1975, những khi giang đỉnh ghé làng, thủy thủ V.N.C.H. tặng đường, dầu ăn, cơm sấy cho dân làng, tôi được người dân cho hay rằng c.s.V.N. tuyên truyền là chiến hạm và chiến đỉnh của Hải Quân V.N.C.H. làm bằng giấy. Thủy thủ đoàn và tôi đã cười "bể bụng"!

Chuyện hầm chông thì có thật. Thời gian Giang Đoàn 26 Xung Phong hành quân dài hạn tại U Minh/ Chương Thiện, tôi đã nghe các vị Quận Trưởng thuật lại hoặc là chiến đỉnh được phái tới để đưa nạn nhân bị sập hầm chông đi bệnh viện cấp cứu; nhưng vẫn không thể cứu sống được; vì bị nhiễm trùng và mất máu quá nhiều! Theo tôi, hầm chông là một hình thức đánh lén hết sức vô nhân đạo. Hậu quả của chiến thuật đánh lén bằng hầm chông là: Nhiều trẻ em chăn trâu, chăn bò vì sơ ý, vì không biết cũng như nhiều cụ Bà, cụ Ông, "Mẹ hoặc Bố của liệt sĩ anh hùng" vì già, quên, không biết, bị lọt xuống hầm chông, chết; khi người nhà tìm ra thì đã quá muộn!

Trong thời gian theo Ba tôi ra "vùng giải phóng" để Ba tôi thực hiện ý nguyện chống Tây, tôi đã thấy và được Ba tôi giải thích về cách Việt Minh – tiền thân của csVN – áp đặt và thi hành các chiến dịch như "bần cùng hóa nhân dân", "tiêu thổ kháng chiến", "bài trừ phong kiến", với chủ đề tam vô: "Vô gia đình" / "vô Tổ Quốc" / "vô tôn giáo".

Bây giờ, nhờ thủ thuật gian manh, dối trá và bạo lực, người c.s.V.N. đã và đang đi ngược lại với những gì mà đảng và người c.s.V.N. từng cổ võ và áp đặt cho dân chúng trong thời kháng chiến – ngoại trừ chủ đề "vô Tổ Quốc"; vì người Tàu đã và đang chiếm nhiều địa thế quân sự rất quan trọng trên lãnh thổ Việt Nam. Nhờ vậy, ngày nay, người c.s.V.N. được thụ hưởng tất cả những hoan lạc trên hành tinh này trong khi người dân Việt Nam vẫn ngụp lặn trong đói nghèo và tự chống chọi với tai ương!

Sau đây là tin điển hình trên vài tờ báo online.

Báo Quảng Bình, 06/05/21: *"Những năm gần đây, tình trạng sạt lở bờ sông, bờ biển trên địa bàn tỉnh ngày càng diễn biến phức tạp, gia tăng về cả phạm vi và mức độ sạt lở. Tình trạng sạt lở không chỉ gây mất đất sản xuất, biến đổi dòng chảy mà còn đe dọa tài sản, tính mạng của người dân..."*

Báo Lao Động, 03/06/21: *"Sạt lở nghiêm trọng bên bờ sông Lô. Đoạn sạt lở có chiều dài khoảng 450m, cuốn trôi hàng nghìn mét đất sản xuất..."*

Thông Tấn Xã Việt Nam, 08/03/21: *"Sông Thạch Hãn – con sông lớn nhất ở tỉnh Quảng Trị đã và đang bị sạt lở nghiêm trọng và phức tạp, sau đợt mưa lũ lịch sử hồi cuối năm 2020 và tình trạng khai thác cát sỏi trái phép..."*

Bảng tin của Thanh Liêm, T.T.X.V.N. 13:38′ – 04/07/2021, trên BNEWS: *"Sạt lở tại sông Trà Nóc,*

Cần Thơ. Đoạn sông Trà Nóc chảy qua địa bàn khu vực 2, phường Trà An (Tp Cần Thơ) từ đầu năm 2020 đến nay đã xảy ra 5 đợt sạt lở, làm sụp đổ và ảnh hưởng gần 40 căn nhà."

Đọc qua những bảng tin trên, tôi tự hỏi: Lẽ nào chủ tịch nước Nguyễn Xuân Phúc bận lo đón tiếp các chính khách ngoại quốc như Bộ trưởng quốc phòng Hoa Kỳ – Lloyd Austin và Phó Tổng Thống Hoa Kỳ Kamala Harris – sẽ viếng thăm Singapore và Việt Nam vào tháng Tám năm 2021 mà không có thì giờ đọc báo cáo về tình trạng đáng thương của người dân quê Việt Nam?

Có thể chủ tịch nước Nguyễn Xuân Phúc đang bận tâm suy nghĩ, lo âu, không biết có nên trực tiếp tiếp đón Phó Tổng Thống Kamala Harris hay là khai bệnh, đi ngoại quốc chữa bệnh; bởi vì, theo báo CNBC online ngày 30/07/2021, lúc 12:33PM, tác giả Annika Kim, thì: *"Vice President Kamala Harris to visit Vietnam and Singapore amid tensions with China."*

Link: https://www.cnbc.com/2021/07/30/vice-president-kamala-harris-to-visit-vietnam-and-singapore.html

Tôi có thể hiểu được sự âu lo của ông Nguyễn Xuân Phúc; bởi vì, từ bấy lâu nay, "cái gì dính dấp" đến China thì người csVN sợ lắm, luôn tìm cách tránh né!

Để xem ông Nguyễn Xuân Phúc có dám mạnh dạn tổ chức và trực tiếp đón tiếp Nữ Phó Tổng Thống

Hoa Kỳ hay là ông Nguyễn Xuân Phúc – vì sợ mếch lòng chàng láng giềng tham lam, hiếu chiến và đầy thủ đoạn, Xi Jinping – sẽ tìm cách "vắng mặt hợp pháp" để khỏi phải trực diện với tình huống "khó đỡ"!

Tôi xin chấm dứt bài viết tại đây để chờ xem thái độ và hành động của ông Nguyễn Xuân Phúc cùng đảng c.s.V.N. về sự chọn lựa giữa Hoa Kỳ – kẻ cựu thù của đảng c.s.V.N. – và Trung cộng, kẻ thù truyền kiếp của người Việt Nam yêu nước!

NGƯỜI VIỆT "MỚI"

Vừa đóng cửa Tín vừa quay sang phòng ăn, nói tiếng Anh với nhóm người ngoại quốc cùng xóm:

- Kính thưa quý vị, đây là bà Hân. Có lẽ quý vị biết bà.

Vài người nhìn bà Hân, cười; vài người nói "Hi, Han!". Bà Hân vừa trao gói quà tân gia cho Tín vừa chào các bạn cùng xóm:

- Chào mọi người.

Nhìn quanh phòng ăn, thấy không còn ghế trống, Tín mời bà Hân sang phòng khách:

- Mời cô ngồi đây. Cháu sẽ tiếp cô. Còn vài người nữa sẽ đến, cô không bị lẻ loi đâu.

- Cảm ơn. Tín lo tiếp khách đi, đừng bận tâm về tôi.

Ông Fred bưng hai dĩa trái cây và bánh ngọt đến, ân cần hỏi thăm:

- Khỏe không, Hân?

- Cảm ơn Fred, tôi khỏe. Còn ông?

- Cảm ơn. Tôi bình an.

Ông Fred đưa dĩa thức ăn, mời:

- Qua cửa sổ, thấy bà đi vào, tôi lấy sẵn thức ăn để mời bà.

- Cảm ơn Fred.

Vừa ngồi vào xa-lông ông Fred vừa than:

- Dạo này nóng quá, tôi ít ngồi trên ghế xích-đu trước hiên nhà cho nên không thấy bà đi bộ ngang qua nhà.

- Vì trời nóng quá, con tôi ghi danh cho tôi tập thể dục ở "gym".

- Thế thì tốt cho bà nhưng buồn cho tôi; vì không được thấy bà thường xuyên.

Trong những buổi chiều thường xuyên chào hỏi nhau, ông Fred biết bà Hân là một góa phụ; bà Hân biết ông Fred ly dị vợ từ lâu và ông có vẻ rất cô đơn. Đôi khi bà Hân cảm nhận dường như ông Fred thích kết thân với bà; nhưng lúc nào bà cũng cố tình né tránh. Hôm nay thấy bà Hân phục sức lịch sự, trên khuôn mặt phúc hậu của bà còn thoáng tý kem thoa mặt, môi son và viền mắt, ông Fred cảm thấy vui vui, chưa kịp khen thì chuông cửa reng. Tín mở cửa. Ông Steven xuất hiện. Ông Fred đứng lên, bắt tay ông Steven rồi giới thiệu với bà Hân:

- Đây là Hân Nguyễn và đây là Steve Perez – người láng giềng mới của tôi.

Sau khi bà Hân và ông Steve bắt tay, nói lời xã giao, Tín đến, trao cho ông Steve một dĩa trái cây và bánh ngọt rồi mời ông ngồi vào xa-lông. Vừa ăn ông Fred vừa hỏi:

- Steve! Daisy đâu?

- Bà ấy đang ngâm mình trong hồ bơi.

Đáp lời ông Fred xong, ông Steve xoay sang bà Hân:

- Tôi mới dời vào cạnh nhà Fred cách nay vài tuần, chưa quen ai trong khu vực này. Bà cũng ở trong khu vực này, phải không ạ?

- Nhà tôi đối diện với nhà của Tín.

- Thế thì tốt quá. Khu vực này yên tĩnh, xe an ninh chạy thường xuyên.

Ngưng một chốc, ông Steve tiếp:

- Làm ơn cho tôi hỏi một câu, được không, thưa bà?

- Làm ơn gọi tôi là Hân. Chúng ta là xóm giềng, khách sáo làm chi!

- Vâng. Cảm ơn bà đã cho phép.

- Ông muốn hỏi tôi điều gì?

- Bà là người Trung Hoa hay là người Nhật, Đại Hàn?

- Xin lỗi Steve, ông có thể nhầm tôi với bất cứ dân tộc nào; nhưng xin đừng nhầm tôi với người Tàu!

- Xin lỗi. Tôi không cố tình xúc phạm bà.

Ông Fred chen vào:

- Hân là người Việt Nam; sang Mỹ năm 1975, sau khi cộng sản Việt Nam (c.s.V.N.) cưỡng chiếm miền Nam.

Ông Steve vội để dĩa trái cây xuống bàn, quay sang bà Hân với thái độ niềm nở như vừa nhận ra người bạn thân:

- Bà là người Việt, sang Mỹ năm 1975 thì chắc chắn bà không thể đến từ Bắc Việt. Thế bà có biết các địa danh như Quảng Trị, Đông Hà, Nha Trang hay không?

Bà Hân tròn mắt nhìn ông Perez:

- Làm thế nào ông biết được những địa danh đó?

- Tôi là Thủy Quân Lục Chiến, từng tham chiến tại Việt Nam.

Vội để dĩa thức ăn xuống bàn, bà Hân đứng lên, dang tay:

- Steve! Ông là một trong những người hùng của tôi. Cho tôi "hug" ông để tạ ơn.

Ông Steve "hugs" bà Hân. Lúc này ông Steve mới nhận ra vài người láng giềng bên phòng ăn. Ông Steve cảm ơn bà Hân rồi bước sang phòng ăn để chào hỏi. Ông Fred nói với bà Hân:

- Xin lỗi. Để tôi giới thiệu Steve với vài người mà Steve chưa biết; chúng tôi sẽ trở lại ngay.

Bà Hân đùa:

- Vâng! Tôi không chạy trốn đâu.

- Bà không thể trốn khỏi tôi; vì tôi biết nhà của bà chỗ nào.

Từ nhà bếp đem thêm trái cây cho khách, thấy bà Hân ngồi một mình, Tín đến, hỏi thăm:

- Cô và ông Steve quen nhau từ trước à, cô?

- Không. Ông Steve là cựu chiến binh thời chiến tranh Việt Nam. Tôi muốn tạ ơn ông ấy.

- Chiến tranh "chiến triết" gì nữa, cô! Đất nước đang trên đà phát triển toàn diện để hòa nhập vào sự tiến hóa của các cường quốc mà cô nhắc lại chuyện chiến tranh làm gì?

- Nếu Việt Nam đang trên đà phát triển toàn diện thì tại sao Tín và vợ con của Tín không ở lại Việt Nam để sống trong sự tiến hóa đó mà Tín lại đưa vợ con sang đây?

- Vợ chồng cháu sang đây chỉ vì tương lai của con chúng cháu chứ không phải chúng cháu sang đây để tìm sự sống.

- Tại sao Tín không đưa vợ con sang Trung cộng hoặc Nga để tìm tương lai cho con của Tín mà Tín lại đem vợ con của Tín sang "đế quốc" Mỹ – xứ tư bản giãy chết này?

Tín không tìm được câu trả lời. Tín và gia đình dời vào ngôi nhà này chỉ khoảng hơn một tháng. Thấy bà Hân làm vườn, Tín sang làm quen. Nhờ vậy, bà Hân biết Tín cùng gia đình từ Việt Nam sang, ở tạm nhà người bà con được vài tháng Tín mới tìm được khu vực an ninh để mua nhà gần trường học tốt cho con đi học. Bà Hân không tò mò tìm hiểu xem Tín và gia đình sang Mỹ theo "diện" nào; nhưng khi thấy Tín và vợ thay phiên nhau lái chiếc Cadillac và chiếc Mercedes thì bà hiểu. Bà Hân tiếp:

- Tôi nghĩ, Tín và gia đình sang đây theo diện đầu tư EB-5; mà diện đầu tư EB-5 thì chỉ có những "đại gia" bên Việt Nam mới có thể đủ điều kiện "bôi trơn" hồ sơ để được c.s.V.N. cho xuất cảnh và "đại gia" đó phải đem vào Mỹ số tiền lớn thì mới hội đủ điều kiện nhập cư của Mỹ. Đúng không?

- Nếu đúng thì sao và nếu không thì sao?

- Không sao cả. Tôi cũng chỉ là người "ăn nhờ ở đậu" trên mảnh đất này – giống như Tín – chứ tôi chẳng có quyền hạn gì.

- Giả thử như cô có quyền hạn thì cô sẽ hành xử như thế nào?

- Nếu có quyền hạn, tôi sẽ không cho phép dân của các nước cộng sản – ngoại trừ những nhân vật tranh đấu cho nhân quyền mà bị cộng sản đàn áp/ bắt nhốt tù – được định cư tại Hoa Kỳ.

- Di dân đến đây họ cũng đem theo văn hóa tốt đẹp của đất nước họ nữa, cô quên rồi sao?

- Tôi không quên; vì tôi là một di dân. Nhưng khi Tín bảo rằng di dân cũng đem theo văn hóa tốt đẹp thì... sorry, văn hóa tốt đẹp của người Tàu như thế nào, Tín biết rồi: Xả rác, khạc/nhổ và lớn tiếng nơi công cộng; ăn cắp tài liệu quân sự, tài liệu khoa học, tài liệu y tế, v.v... Còn văn hóa tốt đẹp của Việt Nam sau 1975 là gì? Tôi rất thẳng tính, Tín muốn tôi nói ra hay không?

- Cô cứ nói.

- Văn hóa của người Việt Nam sau 1975 – mà tôi gọi là người Việt "mới" – dễ nhận biết lắm.

- Tỷ dụ?

- Người Việt "mới" mua nhà đắc tiền và đi xe sang hơn chúng tôi. Điều này không có nghĩa là chúng tôi nghèo hay là chúng tôi tỵ hiềm về bản tính thích khoe khoang của người Việt "mới" – mà chúng tôi chỉ cảm thấy bất bình vì thái độ của người Việt "mới" thôi. Còn vấn đề giàu nghèo, sống ở đây lâu Tín sẽ nhận ra: Người càng giàu bao nhiêu thì cuộc sống của họ càng đơn giản bấy nhiêu.

- Người Việt "mới" làm gì mà cô bất bình?

- Vì lái xe sang, khi đến bãi đậu, người Việt "mới" đậu ngay giữa lằn ranh của hai chỗ đậu xe để xe khác không thể đậu cạnh, khỏi bị "quẹt". Người Việt "mới" không sắp hàng mà chỉ chen vào giữa hàng; đôi khi chen "cái rẹt", đôi khi chen từ từ từng bước – như Trung cộng lấn chiếm biển Đông – trong khi người ta bận xem iPhone, không để ý; đi ăn "buffet", thấy rau, giá hoặc đậu thì đưa tay bốc.

Tín thoáng giật mình; vì chính vợ chồng Tín cũng thường hành động theo kiểu như bà Hân diễn tả. Tín hỏi:

- Làm thế nào cô biết được những thành phần như cô kể là người Việt "mới"?

- Từ năm 75 cho đến cuối thế kỷ XX, nhiều đợt di dân từ Việt Nam sang Mỹ theo "diện" đoàn tụ, thuyền nhân, hoặc tù nhân chính trị; nhưng những sự việc như tôi kể không hề xảy ra. Đầu thế kỷ XXI, nhiều du học sinh sang; người Việt di tản trước 75 về Việt Nam kiếm vợ cho con, kiếm vợ, kiếm chồng cho chính họ; gia đình "đại gia", cán bộ cao cấp sang, thì sinh hoạt thường ngày trong cộng đồng không còn như trước nữa.

- Căn cứ vào đâu cô có thể phân biệt người nào sang Mỹ thời gian nào?

- Dễ lắm! Khi thấy bất cứ người Á đông nào có hành động như tôi vừa kể thì cứ cười thân thiện, giả vờ làm quen, hỏi bằng tiếng Việt: *"Mới qua, phải không?"* hoặc nói tiếng Anh, khuyên họ đừng nên làm như vậy. Nếu họ im lặng, quay đi hoặc sừng sộ muốn gây sự thì đúng họ là người Việt "mới"; còn nếu họ đáp bằng tiếng Anh: *"Sorry, tôi không hiểu anh/chị nói gì?"* hoặc *"I'm sorry!"* thì họ là người Châu Á, khác chủng tộc.

- Những thành phần cô kể có thể chỉ là một số người Việt thiếu văn hóa.

- Có thể là như vậy. Vả lại, tôi chỉ đề cập đến một số người Việt "mới" thiếu lịch sự chứ tôi không hề nói tất cả người Việt "mới" đều thiếu lịch sự.

- Nhưng cô phải công nhận là người Việt "mới" cũng góp được nhiều điều tốt đẹp cho cộng đồng chứ?

- Điều gì tốt đẹp?

- Chẳng hạn như "văn hóa ẩm thực".

- Tôi chưa thấy được điều tốt đẹp hoặc thức ăn ngon mà tôi chỉ thấy nhiều điều rất khôi hài.

- Tại sao?

Nhận thấy cách đặt câu của Tín không những không được lễ độ mà còn ra vẻ xấc xược, bà Hân, đáp:

- Có lẽ tôi nên đi về.

- Tại sao? Cô bận việc à?

- Không. Tôi chỉ ngại sự ngay thẳng và tính thành thật của tôi sẽ làm phiền lòng Tín.

- Không sao. Cháu sẵn sàng nghe.

- Tín có nhận thấy chủ hoặc quản lý nhà hàng người Việt "mới" không những không thân thiện với khách mà họ còn nghếch mặt tỏ vẻ "ta đây" là chủ, là "sếp" hay không?

- Bà chủ, ông quản lý "chảnh" thì mặc họ.

- Tín nghĩ như thế nào khi một người giúp việc cho nhà hàng mời Tín ngồi, lấy tập giấy, cây bút ra rồi hỏi: *" 'Mình' muốn gọi món gì ạ?"*

- Người bồi bàn dùng "từ" "mình" là chỉ tỏ vẻ thân thiện thôi.

- Dù không phải là một nhà ngôn ngữ học tôi cũng hiểu được rằng tiếng Việt sau 1975 biến thái và bị lạm dụng quá nhiều. Sự thân thiện giữa con người với con người rất cần thiết. Nhưng khi sự thân thiện đó đặt không đúng chỗ thì sự thân thiện đó trở nên khôi hài, lố bịch và thiếu lễ độ. Tiếng "mình" chỉ dùng giữa những người thân thiết mà người ta có thể tin tưởng, như vợ chồng; còn một người nhỏ tuổi – tôi không đề cập đến địa vị xã hội – gọi một người cỡ tuổi bà Nội, ông Ngoại của cô/cậu ấy là "mình" thì không thể chấp nhận được!

Im lặng. Bà Hân nhìn Tín rất nhanh để "đo lường" phản ứng của Tín, rồi tiếp:

- Người miền Nam Việt Nam gọi thức ăn là đồ ăn; người Việt trong nước gọi là "văn hóa ẩm thực". Nếu đã gọi là "văn hóa" thì tại sao họ đặt cho nhà hàng của họ những bảng hiệu rất phản văn hóa và nhân viên phục vụ cũng thiếu lễ độ mà thực khách vẫn đến ăn, trả tiền để chấp nhận hành động thiếu văn hóa của chủ và nhân viên của tiệm đó? Thử vào một tiệm "Hamburger", "order" một "hamburger" bốn năm đô la thôi, sẽ nhận được mấy nụ cười "toe toét" và bao nhiêu tiếng "cảm ơn".

- Hành động mà cô cho là thiếu văn hóa chỉ là một cách lập dị để "câu" khách thôi.

- Ông Bà mình thường nói "cách cho hơn của cho". Khi "cho" mà Ông Bà của mình cũng khéo léo, lịch sự để người nhận khỏi tủi thân; đằng này họ "bán", thu tiền vào cho họ bằng thái độ, ngôn ngữ trịch thượng đối với những người trả tiền cho họ – mà vẫn có người trả tiền để ăn/nghe/thấy những điều khó chấp nhận – thì tôi không hiểu!

- Nếu cô không thích thì đó là quyền của cô.

- Dĩ nhiên. Nhưng đừng đem hai chữ "văn hóa" gắn vào những hành động và ngôn từ thiếu văn hóa.

- Cháu nghĩ, đó không phải là lỗi của những người thiếu văn hóa mà đó là lỗi của khách hàng – những người chịu bỏ tiền ra để chấp nhận những thái độ, lời nói thiếu văn hóa.

- Tôi đồng ý với Tín.

Vừa khi đó, vợ của Tín – từ phòng ăn – ra dấu cho Tín. Tín nói với bà Hân:

- Tý nữa cháu trở lại.

Bà Hân cười, *"okay".* Thấy Tín rời phòng khách, ông Fred và ông Steve trở lại, ngồi vào vị trí cũ. Ông Fred hỏi:

- Hân! Có người Việt sống trong khu vực này, bà vui lắm,phải không?

- Dĩ nhiên.

Ông Steve ngạc nhiên:

- Hân là người Việt duy nhất ngụ trong "xóm" của chúng ta à?

Bà Hân nhìn ông Steve, cười thay cho câu trả lời. Ông Steve tiếp:

- Thế thì tôi sẽ kể cho bà nghe chuyện tôi bị thương một cách rất ... ly kỳ!

- Bị thương mà ly kỳ?

Ông Steve nghiêm giọng:

- Chuyện tôi bị thương như thế này: Theo tin tình báo cho biết, Việt cộng (V.C.) đang khuấy phá vùng đó. Nhưng khi chúng tôi đến mục tiêu, lục soát và càn quét thì không thấy V.C.. Chiều, đoàn quân của chúng tôi đang đi đến điểm hẹn để được trực thăng "bốc", đưa về hậu cứ, bất ngờ, một tiếng nổ vang lên, tôi quỵ xuống. Nhìn những mái tranh hiền hòa cạnh khóm cây chuối hoặc mấy hàng dừa, chúng tôi chỉ thấy người già, phụ nữ và trẻ em. Chúng tôi không thể biết/không thể suy luận là viên đạn đến từ đâu.

- Ông bị thương nặng không?

- Nặng chứ! Nhưng điều làm tôi ray rức là viên đạn đó từ đâu đến?

- Có thể từ dưới hầm của những mái tranh hay là từ một trong mấy đứa trẻ quanh đó.

- Bà nói sao, V.C. đưa trẻ em vào chiến trận?

- V.C. – sau 1975 hiện nguyên hình là c.s.V.N. – luôn luôn chiêu dụ và ca ngợi các cô cậu bé chăn trâu, chăn bò như là người hùng, rồi tập cho các cô cậu bé này cách bắn súng và thảy lựu đạn chứ các cô cậu bé này không bao giờ được V.C. huấn luyện tại các quân trường như quân nhân trên thế giới được huấn luyện.

- Thật không? Ai cho phép c.s.V.N. đưa trẻ em vào chiến trận?

- Đảng và người c.s.V.N. là những kẻ sống ngoài vòng pháp luật. Lúc nào họ cũng "ì mặt" ra chịu nhục chứ không bao giờ tuân thủ luật lệ – ngay cả luật lệ do họ ban hành hay ký kết trước sự giám sát của quốc tế.

- Tôi đã nghe điều đó. Nhưng việc c.s.V.N. đưa trẻ em ra chiến trận tôi chưa hề biết.

Bà Hân lấy iPhone, tìm vài bài mà bà đã đọc, rồi chỉ cho ông Steve đọc những con số – số tuổi của các "dân quân gái" – và nói:

- Đây, theo tác giả Hà Bắc của báo Cảnh Sát Toàn Cầu online: *"Bà Phạm thị Cái – sau khi theo V.C. được đổi tên thành Nguyễn Thị Ngọc Loan – 13 tuổi được đưa về Đồng Tháp Mười, gia nhập đoàn giao liên. Năm 15 tuổi bé Loan được nhận vào lực lượng Thanh Niên Xung Phong. Năm 16 tuổi bé Loan 'nhận chức' Tiểu Đội Trưởng".* Và đây là tác giả Cẩm Hoàng của báo Thanh Hóa: *"Trung đội 'dân quân gái' Hoa Lộc được thành lập với tổng số 14 thiếu nữ đang độ tuổi*

15/16. Trong trận Đông Ngàn, các thiếu nữ này bắn hạ 02 máy bay Mỹ bằng súng bộ binh."

Ông Steve đưa hai tay lên cao:

- Chúa ơi! Chuyện thần thoại! Tại sao c.s.V.N. lại tàn ác và vô nhân đạo đến như vậy?

- Nếu hai ông không tin tôi, tôi sẽ nhờ Tín dịch giùm.

Ông Steve khoát tay:

- Tôi hoàn toàn tin bà. Chính trong cuộc hành quân đó, chúng tôi lục soát kỹ lắm mà cũng vẫn không thấy người đàn ông/thanh niên nào cả.

- Cái hèn của c.s.V.N. là xúi trẻ em "chọc giận" đối phương; còn đàn ông, thanh niên thì trốn chui, trốn nhủi dưới hầm, trên nắp hầm được ngụy trang bằng rơm/rạ/phân trâu/phân bò chứ không dám ra mặt để bảo vệ Cha Mẹ, vợ con. Nếu xảy ra điều đáng tiếc, c.s.V.N. sẽ được dịp tuyên truyền bịp – như đã tuyên truyền một cách phiến diện về sự việc xảy ra tại Mỹ Lai.

- Dù gì thì tôi cũng vui là chiến tranh Việt Nam không còn nữa.

Bà Hân mỉa mai:

- Vâng. Chiến tranh không còn. Mỹ rút quân để Trung cộng vào "tung hoành" trên đất nước tôi.

Ông Steve ngạc nhiên:

- Người Tàu vào Việt Nam nhiều lắm à? Nếu đúng thì đó là âm mưu thâm độc của Trung cộng từ cuộc chiến vừa qua. Trung cộng viện trợ cho s.c.V.N. tối đa và huấn luyện bộ đội c.s.V.N. thực hiện chiến thuật biển người để người Việt Nam giết nhau càng nhiều càng tốt!

Bà Hân đáp:

- Từ nhỏ, tôi cứ nghĩ rằng chỉ người miền Nam mới thù hận Trung cộng. Nhưng, sau vụ c.s.V.N. muốn cho Trung cộng thuê ba đặc khu, tôi mới biết người Việt trong nước cũng đã nhận ra mưu đồ của Trung cộng và sự bán nước một cách đê hèn của c.s.V.N.. Để tôi tìm bản tin tôi đọc cách nay vài hôm, dịch thoáng cho ông nghe thì ông sẽ hiểu.

Mở iPhone, thấy Việt Nam Thời Báo ngày 02 tháng 08, bà Hân tìm bài của Minh Châu. Tìm ra rồi, bà Hân dịch thoáng những lời phát biểu của bà Nguyễn Thị Oanh – Hội Tư Vấn thuế – *"Tôi nghĩ Việt Nam chịu thiệt hại nặng nề trong vụ áp thuế này, vì ở Hải Phòng, các doanh nghiệp Trung quốc 'đông như quân Nguyên' vậy!...và nhà cầm quyền Bắc Kinh đã yêu cầu những nhà đầu tư Trung quốc tại Hải Phòng phải biến khu công nghiệp này thành nơi trưng bày sáng kiến Vành Đai và Con Đường của Trung quốc đến Việt Nam. Như vậy, dù là 'quân Nguyên' sao đi nữa thì thiệt hại lớn nhất, tôi nghĩ, vẫn thuộc về Việt Nam..."*

Ông Steve lắc đầu, chán nản:

- Thôi, thế là hết!

Ông Fred tò mò:

- Hân! Hải Phòng cách Nha Trang xa không?

- Xa lắm.

Ông Steve nói:

- Hồi đó tôi nghe ai cũng khen bãi biển Nha Trang đẹp lắm, nhưng tôi chưa bao giờ đến.

Ông Fred cười:

- Hân! Hãy diễn tả vẻ đẹp quê Nội của bà cho Steve nghe đi.

Bà Hân vừa đáp vừa mở iPhone:

- Cảm ơn Fred. Nhưng tôi diễn tả không thể nào bằng những tấm hình của Google đâu. Để tôi mở ra, khoe với Steve.

Bà Hân vào Zing.vn. Bãi biển Nha Trang chờn vờn trên màn hình iPhone cũng là lúc bà Hân tưởng như dòng nhạc thiết tha, dịu dàng cùng lời ca ướt lệ đang ngân lên trong hồn bà:

"Nha Trang là miền Quê hương cát trắng,
Ai qua không quên để lại một vài luyến tiếc xa xôi.
Nha Trang, người về cho ta nhắn với
Nha Trang Quê Hương dịu hiền
ngàn đời lòng tôi mến yêu..." (1)

Tiếng hát vừa đến đây, tấm hình bãi biển biến mất; thay vào đó là ảnh một ngọn đồi xơ xác như vừa qua cơn địa chấn tàn ác/kinh hoàng! Không thể nào bà Hân nhận ra được nơi mà bà từng cùng các bạn thường đạp xe đạp đến, chỉ để đứng bên gốc cây bàng, nhìn bao quát vùng không gian tươi đẹp, hiền hòa của Quê Nội thân yêu. Khi thấy hàng chữ nhỏ dưới tấm ảnh: *"Di tích lầu Bảo Đại bị phá tan hoang trước khi được bảo tồn"* bà Hân há hóc mồm như vừa thấy điều gì kinh tởm lắm, rồi môi bà run và trệ xuống! Vừa quẹt nước mắt bà Hân vừa thì thầm: *"Đã 'phá tan hoang' thì còn gì nữa mà 'bảo tồn', Trời!"* Thấy bà Hân khóc, cả ông Coper và ông Perez cùng chồm về phía bà:

- Hân! Cái gì xảy ra?

- Hân! Bình tĩnh! Hãy nói cho chúng tôi nghe xem chúng tôi có giúp được gì hay không?

Bà Hân vừa đưa iPhone cho ông Steve và ông Fred vừa giải thích:

- Cách nay vài hôm, trên báo Người Việt, tác giả Tr.N. đã đăng bảng tin như thế này: *"Ngày 01-08-2019, ông Võ Bình Tân – phó giám đốc Sở Lao Động, Thương Binh, Xã Hội tỉnh Khánh Hòa – xác nhận với báo Người Lao Động rằng: Trường Trung Cấp Nghề Nha Trang, ở xã Phước Đồng, thành phố Nha Trang, đã trở thành địa điểm phục vụ khách Trung quốc".* Bây giờ tôi thấy trên Zing.vn câu này: *"Cạo trọc di tích lầu Bảo Đại để xây biệt thự, nhà hàng"*!

Ông Steve than:

- Trung cộng chiếm Việt Nam thật rồi!

Ông Fred đáp:

- Steve! Trung cộng đã vào Việt Nam từ lâu rồi. Gần đây tôi đọc được một tweet của Ryan Martinson – phụ tá giáo sư tại U.S. Naval War College – viết rằng: *"Ngày 03-07-2019 Trung cộng đã đưa tàu Marine Geology vào vùng lãnh hải thuộc chủ quyền của Việt Nam để thực hiện khảo sát địa chấn."*

Bà Hân chỉ vào iPhone, tiếp lời ông Fred:

- Đây, báo Người Việt online ngày 05-08-2019 thông báo: *"Giáo sư Carl Thayer thuộc Học viện Quốc phòng Hoàng Gia Úc cho hay Trung Quốc đưa tới 80 chiếc tàu để cản trở hoạt động khoan tìm dầu khí của phía Việt Nam tại bãi Tư Chính".*

Ông Steve chửi thề nho nhỏ, nhưng vội che miệng "xin lỗi". Ba người lúng túng nhìn nhau. Ông Steve hỏi:

- Việt Nam phản ứng như thế nào?

Ông Fred nhún vai. Ông Steve nhìn bà Hân. Bà Hân đáp:

- Bên Việt Nam im lặng; mãi đến gần cuối tháng Bảy, Bộ Ngoại Giao Việt Nam mới dám lên tiếng, gửi công hàm phản đối Trung cộng.

Giọng của ông Steve buồn buồn:

- Thời gian phục vụ tại Việt Nam, tôi thấy thanh niên, thiếu nữ Việt Nam biểu tình hoài mà tại sao bây giờ người trẻ Việt Nam trong nước lại im lặng?

Bà Hân nghẹn ngào:

- Đó là nỗi đau quá lớn cho thế hệ của chúng tôi!...

Nói ngang đây, bà Hân chợt nhớ, vội tiếp:

- Ô, tôi quên cho hai ông hay rằng: Trước những hành động đầy thách thức, đầy đe dọa của Trung cộng, người trẻ Việt Nam trong nước im lặng. Nhưng – theo sự loan tải của Việt Báo và báo Người Việt – người già tỵ nạn thuộc *"Liên Ủy Ban Chống Cộng Sản và Tay Sai, Cộng Đồng Người Việt Quốc Gia Nam California đã tổ chức cuộc biểu tình vào lúc 11 giờ trưa thứ Sáu ngày 2 tháng 8 năm 2019, trước Tòa Lãnh Sự Trung cộng tại số 443 Shatto Place, Los Angeles, để phản đối Trung cộng xâm chiếm Đảo Tư Chính, vi phạm chủ quyền lãnh hải Việt Nam".*

Ông Steve reo lên:

- Tốt! Phải như thế chứ!

Bất ngờ, điện thoại của ông Steve "rung". Chỉ vài giây lắng nghe, ông Steve nói "okay" rồi tắt điện thoại, cáo từ mọi người. Ông Fred và mấy người bên phòng ăn cũng ra về. Bà Hân nán lại sau cùng, với dụng ý tìm vợ của Tín để tạ từ. Bất ngờ bà Hân nghe giọng giận dữ của phụ nữ từ phòng ăn:

- Ôi, Giời! Mời "tân dza" mà chúng nó chỉ cho bánh kẹo thì "nàm" cái ".éo" gì! Biết thế ".éo" mời!

Tín thoáng giật mình, nhìn bà Hân. Bà Hân vờ như không nghe, cố bước nhanh theo kịp ông Fred. Ông Fred quay lại, khen:

- Hôm nay vui quá, được nghe mấy câu chuyện khá thú vị!

- Cảm ơn Fred.

Nhìn sang nhà bà Hân, thấy hoa bông bụp nở rộ, ông Fred nói:

- Hôm nào tôi đến nhà bà, bà vui lòng chỉ cho tôi cách trồng hoa bông bụp, nha!

- Tôi không biết lúc nào tôi ở nhà; vì đôi khi tôi phải đón cháu của tôi đi học về.

Biết bà Hân từ chối khéo, ông Fred vừa nói *"Bye, Han!"* vừa đi đến xe. Ông Fred cho xe nổ máy rồi mở radio. Tiếng hát của Paul Anka vang lên:

"...I'm just a lonely boy,
lonely and blue.
I'm all alone with nothin' to do.
I've got everything you could think of.
But all I want is someone to love..." (2)

Ông Fred thở dài, nhìn theo bà Hân cho đến khi dáng của bà Hân khuất sau cánh cửa...

1.- Nha Trang của Minh Kỳ.

2.- Lonely Boy của Paul Anka.

CỘNG SẢN VIỆT NAM "NGẬM BỒ HÒN"

Thời gian gần đây, những biến động kinh hoàng, những cuộc thảm sát đầy man rợ và những cái chết đầy tức tưởi xảy ra liên tục trên toàn nước Mỹ khơi dậy trong hồn tôi nỗi hãi hùng do Việt cộng – danh từ người miền Nam dùng để gọi tắt bốn chữ Việt Minh cộng sản – gây ra tại miền Nam Việt Nam, sau hiệp định chia đôi nước Việt, ngày 20/7/1954!

Thời điểm đất nước chia đôi, tôi còn bé, chưa hiểu biết nhiều, chỉ thích đàn, hát. Mỗi khi bưng nước trà mời các Chú, Bác – bạn của Ba tôi, thường đến nhà bàn chuyện chính trị, thời sự với Ba tôi vào mỗi tối – tôi thường lắng nghe. Ba tôi viết cho báo Đuốc Thiên, Tin Sáng, Tia Sáng và mua báo hằng ngày (gọi là nhật trình); sau khi Ba tôi đọc xong, tôi đọc.

Nhờ thích văn chương, chữ nghĩa, tính tò mò, nghe lén, đọc báo "ké" và cũng nhờ được Ba tôi giải thích cặn kẽ, tôi hiểu rằng: Hậu quả do hành động khủng bố của Việt cộng tại miền Nam Việt Nam tạo nên cũng không khác chi những tan thương, thảm khốc, điêu tàn và đổ nát toàn diện do Việt Minh – tiền thân của cộng sản Việt Nam (c.s.V.N.) – thực hiện mà tôi đã thấy trong thời kỳ Ba tôi theo kháng chiến chống Tây; vì khủng bố là chính sách của c.s.V.N.!

Nhiều chi tiết trong thời Ba tôi theo kháng chiến chống Tây tôi đã viết rồi; xin miễn lập lại. Tôi chỉ xin trích hai câu hát biểu lộ được tất cả tinh thần, chủ tâm và hành động của Việt Minh trong ca khúc Đường Về Quê, được Phạm Duy sáng tác vào thời Ông theo kháng chống Tây, để độc giả có thể nhận ra thảm trạng của hai chiến dịch "Tiêu thổ kháng chiến" và "Bần cùng hóa nhân dân" do Việt Minh chủ xướng và triệt để thực hành trong "vùng giải phóng" (chữ của Việt Minh) như thế nào:

*"... **Lúc phá hết phố phường** biệt ly đời gấm hoa*
*Người **vui đời áo nâu** quên hết u sầu!.."*

Sau khi nhận ra Việt Minh chỉ là những thành phần dốt nát, rất "say" máu, chỉ cuồng điên tìm công danh bằng bạo lực, Ba tôi từ bỏ kháng chiến, đưa gia đình trốn về Nha Trang.

Sống tại Nha Trang được một thời gian, tôi lại thấy/biết nhiều cuộc khủng bố rùng rợn xảy ra tại Nha Trang và các vùng phụ cận. Ba tôi giải thích chính Việt cộng thực hiện những cuộc khủng bố đó. Báo chí giải thích rằng: Việt cộng là "sản phẩm" của thành phần tập kết ra Bắc "cài" lại. Những người tập kết cũng lưu lại rất nhiều "hạc giống đỏ" trong người của nhiều thiếu nữ và thiếu phụ miền Nam.

Chỉ sau hơn 10 năm, những "hạc giống đỏ" trở thành không biết bao nhiêu "anh hùng nhí", "anh hùng gái" và Việt cộng "con", tham gia rất đắc lực vào công cuộc phá hoại miền Nam.

Sự phá hoại thông dụng nhất vào thời đó là: Đắp mô, đặt mìn tại các khúc quanh trên đèo Cả và đèo Rù Rì (phía Bắc Nha Trang) và Suối Dầu, Diên Khánh, Cam Lâm (phía Nam Nha Trang) để xe đò đụng phải, mìn nổ, gây thương vong; thảy lựu đạn vào những chốn đông người như chợ, những nơi trình diễn văn nghệ và những buổi biểu tình tại Ty Thông Tin; thảy lưu đạn vào cửa rạp xi-nê lúc hết phim, mọi người vừa ra khỏi rạp, v.v.

Thời điểm 1954, Mỹ chưa hiện diện tại miền Nam Việt Nam; do đó, mọi di chuyển – cả dân sự lẫn quân sự – đều bằng xe đò hoặc xe lửa. Không biết Việt cộng đã cưỡng bức bao nhiêu thanh niên, thiếu nữ trên những chuyến xe đò hoặc xe lửa đi theo Việt cộng; nhưng số quân nhân Việt Nam Cộng Hòa (V.N.C.H.) trên các chuyến xe lửa/ xe đò bị Việt cộng giết thì không ai có thể ghi nhận được!

Sau khi quá nhiều quân nhân mặc quân phục khi di chuyển bằng xe đò/xe lửa bị Việt cộng sát hại, tất cả quân nhân được chỉ thị: Mặc đồ dân sự khi di chuyển, quân phục giấu kỷ trong hành lý.

Thế là Việt cộng dùng chiến thuật tinh vi hơn: Chọn những địa điểm hẻo lánh, chận xe đò/xe lửa lại, bắt đàn ông xuống xe. Trong khi mọi người đều hoang mang, lo sợ, bất ngờ một tiếng hô *"nghiêm!"* vang lên thật lớn. Phản xạ tự nhiên của quân nhân, ai là lính đều đứng thẳng, cụp hai chân, ưỡn ngực, mặt ngẩn cao; thế là Việt cộng nhận ra, "lùa" những người này vào rừng; có khi Việt cộng bắn hoặc dùng mã tấu, chặt đầu những quân nhân mặc đồ dân sự này, ngay tại chỗ!

Trên đây chỉ là những khủng bố Việt cộng thực hiện tại Nha Trang – quê Nội của tôi, nên tôi nhớ rõ – những khủng bố các nơi khác tôi không nhớ được.

Ngay sau khi cưỡng chiếm được miền Nam Việt Nam –30/4/1975 – Mặt Trận Dân Tộc Giải Phóng Miền Nam (M.T.D.T.G.P.M.N.) bị c.s.V.N. "đá" khỏi tổ chức "liên minh chính trị" của c.s.V.N. liền!

Kể từ khi M.T.D.T.G.P.M.N. không còn nữa, mọi cuộc khủng bố, giết hại dân lành do Việt cộng gây ra trước kia, đều được c.s.V.N. "trút" hết cho M.T.D.T.G.P.M.N. bằng những bài tuyên truyền trên radio, báo chí, TV, internet, v.v... Chủ tâm của csVN là muốn thế hệ trẻ Việt Nam nhầm, tưởng rằng M.T.D.T.G.P.M.N. chính là Việt cộng – chuyên khủng bố, giết hại dân lành – chứ không phải c.s.V.N. đã thực hiện những hành động tàn ác, hèn hạ đó!

Từ ngày ông Hồ Chí Minh thành lập đảng c.s.V.N. cho đến nay, không ai có thể ghi nhận được người c.s.V.N. đã thực hiện bao nhiêu tội ác đối với dân tộc Việt Nam; rồi cũng chính người c.s.V.N. cho thuộc cấp xóa lịch sử để chạy tội đối với Tổ Quốc và các thế hệ trẻ!

Vì lịch sử không còn trung thực, sau này, các thế hệ trẻ Việt Nam sẽ nghĩ rằng người c.s.V.N. – kẻ từng tịch thu tài sản, ruộng đất của Ông Bà, Cha Mẹ; giết chết hoặc nhốt tù Cha, anh và em trai rồi đuổi Mẹ và chị em gái của chúng ta đi kinh tế mới sống đời du mục – là anh hùng!

Bằng cớ c.s.V.N. bôi xóa lịch sử là: (1) Tại Việt Nam, c.s.V.N. cấm đề cập đến danh từ "Việt cộng". (2) Năm 1968, c.s.V.N. xâm phạm Hiệp Định ngưng bắn, thảm sát khoảng sáu ngàn người dân ở Huế; thế mà c.s.V.N. viết trên Wikipidia rằng "toàn dân vùng dậy"!

C.s.V.N. cũng xâm phạm Hiệp Định đình chiến năm 1972, đưa đến "hòa đàm Ba-Lê!" và Mỹ rút quân khỏi miền Nam, ngày 27/1/1973; chấm dứt mọi viện trợ, cả khí giới, quân trang, quân dụng cho miền Nam Việt Nam!

Sau hai lần c.s.V.N. xâm phạm Hiệp Định ngưng chiến, rồi Mỹ rút quân khỏi miền Nam Việt Nam, Quân Lực V.N.C.H. còn lại gì để chống trả những cuộc cường tập quy mô của c.s.V.N. tại biên giới Việt Miên Lào và dọc Duyên Hải?

Chính thời điểm Quân Lực V.N.C.H. – trong tình trạng thiếu thốn đạn dược và quân dụng một cách trầm trọng – phải dốc toàn lực để chống trả các cuộc cường tập rất khốc liệt của c.s.V.N. thì Trung cộng tấn công, chiếm Hoàng Sa, của VN.C.H.!

Dù chiếm được Hoàng Sa, Trung cộng cũng phải trả bằng một giá rất đắt; vì sự phản công dũng mãnh của Hải Quân V.N.C.H. trong trận hải chiến ngày 19/01/1974, mà lực lượng hai bên rất chênh lệch!

Từ khi chiếm được Hoàng Sa cho đến nay, 2022, Trung cộng xây đảo nhân tạo và phi trường tại Hoàng Sa để mở rộng bờ cõi; c.s.V.N. vẫn im lặng!

Ngược lại, ngày 09/6/2022, lúc 6:37am, trên The New York Times, tác giả Austin Ramsy viết: "*Chinese Pilots Sent a Message. American Allies Said They Went Too Far.*"

Úc Đại Lợi và Canada đã lên tiếng về hành động khiêu khích của phi công Trung cộng đối với phi công Canada và phi công Úc Đại Lợi, như sau: "*... Australian and Canadian officials said the Chinese pilots actions last month went well beyond the norm.*"

"*The Australian military said* one of its P-8 aircraft was carrying out routine maritime surveillance in the South China Sea when a Chinese J-16 fighter intercepted it and carried out a '*maneuver which posed a safety threat.*'"

"*Richard Marles, Australia's defense minister, told reporters that the Chinese plane fired flares, then cut in front of the aircraft. It released chaff, which contains metal used to throw off missiles, some of which was caught in the engine."*

"...Canada said its CP-140 Aurora patrol craft had several troubling encounters with Chinese jets in international airspace while supporting the enforcement of United Nations sanctions imposed on North Korea."

Linh: https://www.nytimes.com/2022/06/09/world/asia/china-military-united-states-australia-canada.html

So sánh thái độ của Canada, Úc Đại Lợi và c.s.V.N. đối với Trung cộng về vấn đề "va chạm" tại Biển Đông, tôi nhận ra rằng c.s.V.N. rất sợ Trung cộng, không dám tỏ thái độ, đành "ngậm bồ hòn làm ngọt". C.s.V.N. âm thầm dâng Hoàng Sa cho Trung cộng như một hình thức trả ơn, đền nghĩa; vì nhờ Trung cộng đã giúp vũ khí và cố vấn để c.s.V.N. đuổi Mỹ!

Để đuổi được Mỹ ra khỏi miền Nam Việt Nam, ngoài việc dâng Hoàng Sa cho Trung cộng, c.s.V.N. còn phải – theo BBC ngày 21/04/2022 cập nhật ngày 28/04/2022 – trả bằng mạng sống của 1.1 triệu bộ đội "ông Hồ", chưa kể thường dân và "đồng chí nhí"/"đồng chí gái"; Hoa Kỳ mất khoảng gần 60 ngàn quân; V.N.C.H. thiệt hại 254.257 quân và không biết bao nhiêu thường dân... thì có đáng hay không, hỡi người c.s.V.N.?

Link: https://www.bbc.com/vietnamese/vietnam-61175313

Thế mà c.s.V.N. lại đổ tội cho V.N.C.H. "làm mất?" Hoàng Sa!

20 năm dưới chính thể V.N.C.H., với sự hiện diện của quân đội Hoa Kỳ tại miền Nam Việt Nam, Trung cộng có dám tiến chiếm đảo nào của V.N.C.H. hay không?

Bây giờ – ngày 10/06/2022 – VOA loan tin: "*Căn cứ hải quân Ream (của Cao Miên – ghi chú của Đ.M.L.) mà quân đội Trung Quốc sẽ được sử dụng một phần,* ***cách đảo Phú Quốc của Việt Nam chưa đầy 30km***"

Hậu quả của việc c.s.V.N. đuổi Mỹ để "bợ" Trung cộng, đưa Trung cộng sát vào bờ cõi nước Việt Nam – **cách đảo Phú Quốc của Việt Nam chưa đầy 30km** – cả thế giới đều thấy/biết!

Thế mà người c.s.V.N. vẫn liên tục nhục mạ Mỹ là "bọn xâm lược", "bọn sen đầm quốc tế"; người Lính miền Nam Việt Nam và chúng tôi là lính đánh thuê, là "ngụy".

Để nhận ra mặt thật của c.s.V.N., kính mời độc giả đọc vài đoạn trích dẫn sau đây, trên BBC, cùng bản tin, cùng ngày và Link đã dẫn bên trên, để biết có bao nhiêu quân Trung cộng tham chiến và ai mới đích thực bắn rơi nhiều phi cơ Hoa Kỳ trong cuộc chiến từ 1954-1975: *"Bài báo của China Radio International phỏng vấn ông Dương Cảnh Kho, cán bộ về hưu thuộc lực lượng phòng không Trung quốc và ông Trương Á Quang, cán bộ về hưu của Cục Khai thác Quặng Long Khẩu, tỉnh Sơn Đông, Trung Quốc."*

"Bài báo mô tả từ tháng 8 năm 1965 đến tháng 3 năm 1969, tổng cộng có khoảng 150.000 người lính đến từ 63 trung đoàn thuộc 16 sư đoàn của lực lượng phòng không Trung Quốc sang viện trợ Việt Nam chống Mỹ."

"Trong khoảng thời gian 3 năm 7 tháng, họ đã tác chiến 558 lần, bắn rơi 597 máy bay và bắn trúng 479 máy bay Mỹ..."

"...Trung quốc viện trợ cho Việt Nam khoảng 4,26 tỷ nhân dân tệ...Trung Quốc, từ tháng 6 năm 1965 đến tháng 8 năm 1973, đã điều động hơn 320.000 binh sĩ thuộc các quân chủng phòng không, công binh, đường sắt, rà phá bom mìn và hậu cần, v.v. Từ tháng 8 năm 1965 đến tháng 3 năm 1969, khoảng 150.000 người lính đến từ 63 trung đoàn thuộc 16 sư đoàn của lực lương phòng không Trung quốc sang giúp Việt Nam chống Mỹ..."

Gần đây nhất, Nga xâm lăng Ukraine, cả thế giới đều hướng về và yểm trợ Ukraine thì thái độ của c.s.V.N. được Lê Mạnh Hùng ghi nhận một cách tóm lược, BBC loan báo ngày 12/04/22 như thế này:

Lần đầu tiên: lên án cuộc xâm lược, *Việt Nam bỏ phiếu trắng.*

Lần thứ hai: yêu cầu bảo vệ dân thường, *Việt Nam cũng bỏ phiếu trắng.*

Lần thứ ba: ngày 07/04, đề nghị trục xuất Nga khỏi Hội đồng Nhân quyền Liên Hiệp Quốc, *Việt Nam bỏ phiếu chống.*

Ngay sau đó Nga cũng nói tự bỏ Hội đồng này, coi nó chẳng là cái gì.

Điều đáng chú ý là trong cả ba lần Việt Nam đều biểu quyết giống hệt như Trung Quốc.

Từ những chi tiết và nguồn tin chính xác – đã dẫn chứng trong bài này – ai cũng có thể thấy được lòng trung thành tuyệt đối của người c.s.V.N. dành choTrung cộng.

Người c.s.V.N. trung thành với Trung cộng, đó là quyền của người c.s.V.N.. Nhưng, nếu biết tự trong, người c.s.V.N. không nên tiếp tục chỉ thị thuộc cấp dùng những danh từ và động từ hạ cấp để thóa mạ V.N.C.H. và Hoa Kỳ nữa – dù dưới bất cứ hình thức nào!

Tôi nghĩ sao, viết vậy. Nhưng, tôi chợt nhớ có lần Ba tôi đã dạy tôi: *"Cộng sản Việt Nam làm gì có lòng tự trọng mà mong, con!"*

LỜI TIÊN ĐOÁN
của TRỊNH CÔNG SƠN

Trong khi tìm tin tức hằng ngày, tôi thấy tin trên BBC ngày 25/06/2022, cập nhật ngày 01/07/2022, viết về sự quả cảm và đám tang của "thượng úy" Nguyễn Văn Minh, 27 tuổi, thuộc lực lượng Vệ Binh Quốc Gia Ukraine, hy sinh tại chiến trường Donbas, Ukraine, ngày 26/05/2022.

Tôi rất xúc động, cúi mặt, thầm cầu nguyện cho Hương Linh của "thượng úy" Nguyễn Văn Minh được siêu thoát.

Tôi cảm phục bà Phạm Thị Sao – Mẹ của tử sĩ Nguyễn Văn Minh – đã nuôi dạy con theo châm ngôn của người Việt: *"Ăn trái nhớ kẻ trồng cây"*. Dù bà Phạm Thị Sao định cư tại Ukraine dưới bất cứ hình thức nào thì Ukraine vẫn là Quê Hương thứ hai của Bà. Con của Bà chiến đấu để bảo vệ Quê Hương thứ hai của Mẹ con Bà trước sự xâm lăng đầy man rợ của Nga là điều rất đáng khâm phục!

Để tôn vinh sự hy sinh cao cả của một thanh niên Việt Nam trong cuộc chiến chống Nga, ông Oleksandr Gaman – Đại sứ Đặc mệnh Toàn quyền Ukraine tại Việt Nam – viết: *"Hôm nay, chúng ta nói lời vĩnh biệt với Nguyễn Văn Minh, người con của Cha Mẹ Việt Nam và cũng là con của đất nước Ukraine. Anh ấy 27 tuổi và sẽ luôn ở tuổi 27... Niềm tự hào cho Ukraine! Vinh quang cho các anh hùng!"* (1)

Tôi cũng thấy trên facebook chính thức của sứ quán Ukraine tại Hà Nội đăng tin: *"Nguyễn Văn Minh, một người Ukraine gốc Việt, đã hy sinh vào ngày 26/5/2022 trong khi thực hiện nhiệm vụ bảo vệ Tổ quốc".*

Đại diện Cộng Đồng người Việt tại Kharkiv – ông Nguyễn Tiến Lợi – phát biểu: *"Cộng đồng Việt Nam tại thành phố Kharkiv và toàn UKraine chia sẻ đau thương và tự hào về tinh thần quả cảm và lý trí của liệt sỹ Nguyễn Văn Minh. Đối với chúng tôi, anh ấy thật sự là một Anh hùng! Nguyễn Văn Minh đã ra đi, nhưng anh ấy sẽ luôn sống mãi trong trái tim của chúng tôi!"* (2)

Đại diện Học Viện Vệ Binh quốc gia Kharkiv, đơn vị, bạn hữu, đồng đội của "thượng úy" Nguyễn Văn Minh cũng đến chia buồn với bà Mẹ đau khổ Phạm Thị Sao!

Tôi cố ý tìm xem nhà cầm quyền cộng sản Việt Nam (c.s.V.N.) nghĩ gì và nhận xét như thế nào về sự hy sinh cao cả của "thượng úy" Nguyễn Văn Minh, nhưng tìm không ra!

Trong khi tất cả cơ quan truyền thông trên internet đều không có bất cứ lời phát biểu nào của tòa đại sứ Việt Nam tại Ukraine hoặc là của nhà cầm quyền c.s.V.N. về sự hy sinh của "thượng úy" Nguyễn Văn Minh, tôi lại thấy tin ban tổ chức của chương trình ca sĩ Khánh Ly lưu diễn tại Việt Nam bị "rắc rối" khi Khánh Ly hát ca khúc Gia Tài Của Mẹ của Trịnh Công Sơn; vì bài hát này không có trong danh sách đã được nhà cầm quyền c.s.V.N. cấp giấy phép.

Tôi hiểu, vì Nga đã rất đắc lực viện trợ vũ khí tối tân cho c.s.V.N. để c.s.V.N. xâm lược và cưỡng chiếm miền Nam Việt Nam, 1975, cho nên, c.s.V.N. không dám tỏ lòng nhân đạo hoặc tình đồng chủng đối với "thượng úy" Nguyễn Văn Minh – một người Việt chống Nga!

Nhưng, tôi không hiểu, tại sao ca khúc Gia Tài Của Mẹ của Trịnh Công Sơn, một nhạc sĩ phản chiến, trốn quân dịch, sống và sáng tác tại miền Nam Việt Nam mà ca khúc đó đã được phổ biến rất rộng rãi tại miền Nam Việt Nam suốt bao nhiêu năm dài; thế mà bây giờ, sau gần nửa thế kỷ c.s.V.N. cưỡng chiếm miền Nam Việt Nam, người c.s.V.N. cũng vẫn còn... sợ cho đến độ phải gây "rắc rối" cho ban tổ chức sau khi Khánh Ly trình bày ca khúc đó?

Qua hai sự việc nêu trên, chúng ta thấy, Việt Nam Cộng Hòa (V.N.C.H.) chẳng dùng khẩu hiệu nào cả, nhưng sự Tự Do, Dân Chủ dưới chính thể V.N.C.H. đã được thể hiện và tôn trọng một cách công bằng.

Còn người c.s.V.N., lúc nào cũng hô vang lời của ông Hồ Chí Minh: *"Không có gì quý hơn độc lập, tự do"*, nhưng, trước sự hy sinh dũng cảm của một thanh niên Việt Nam – anh Nguyễn Văn Minh – đã thể hiện tinh thần Tự Do của một công dân để bảo vệ sự độc lập của Ukraine, quê hương thứ hai của anh ấy, chống lại quân Nga xâm lược vào Ukraine, thì người c.s.V.N. lại cố tình "lờ" đi; rồi xoay sang "kiếm chuyện" với ca sĩ Khánh Ly về một ca khúc xưa mà ai cũng ưa thích; vì lời ca diễn đạt được tất cả nỗi đau trên Quê Mẹ tan thương!

Viết đến đây, tôi muốn nhớ lại lời ca của bài Gia Tài Của Mẹ xem câu nào trong bài đó làm cho người c.s.V.N. bị "dị ứng"; nhưng, lâu quá không đàn, không hát, tôi không thể nhớ được, phải tìm trên internet!

Trong khi truy tìm, vô tình tôi thấy trên báo Lao Động, ngày 01/07/2022 @ 15:49 GMC + 7, bài của Phương Nhiên. *"Ông Trần Thanh Hoài – Phó Giám đốc Sở V.H.T.T.D.L.* Lâm Đồng – xác định như thế này: '...việc Sở mời đơn vị tổ chức đêm nhạc Khánh Ly lên làm việc là để làm rõ việc hát bài hát ngoài danh mục đã đăng ký, không liên quan gì đến nội dung cũng như việc bài hát Gia Tài Của Mẹ...'"

Tin được không?

Muốn xác định câu nói của ông Trần Thanh Hoài, tôi mở bài Gia Tài Của Mẹ để xem lời ca. Thấy câu đầu tiên tôi thoáng giật mình:

"Một ngàn năm nô lệ giặc Tàu..."

Hỡi vong linh ông Trịnh Công Sơn! Khi còn tại thế, hẳn Ông đã biết, suốt cuộc chiến, từ 1954-1975, Trung cộng đã dốc toàn lực đưa vũ khí hạng nặng và cố vấn Trung cộng vào Bắc Việt để giúp c.s.V.N. xâm lăng miền Nam Việt Nam mà Ông gọi Trung cộng là "giặc Tàu" thì làm thế nào người c.s.V.N. có thể chấp nhận được!

Xin trích hai câu ở phân đoạn thứ hai để quý độc giả thấy rõ vì sao c.s.V.N. lại "dị ứng" với ca khúc Gia Tài Của Mẹ:

"...Gia tài của mẹ một rừng xương khô
Gia tài của mẹ một núi đầy mồ."

Trong cuộc xâm lăng miền Nam Việt Nam, c.s.V.N. đã "xẻ" Trường Sơn, thề "sinh Bắc tử Nam"; nhưng bị Quân Lực V.N.C.H. chống trả mãnh liệt, quân của c.s.V.N. chết như...kiến!

Những cuộc hành quân quy mô của các quân binh chủng khác, thuộc Quân Lực V.N.C.H., tôi chỉ nghe em hoặc bạn tôi kể lại chứ tôi không thấy, không biết, tôi không dám lạm bàn. Riêng về những cuộc hành quân hỗn hợp của Hải Quân V.N.C.H. hoặc những khi Giang Đoàn Xung Phong giải cứu các đồn Nghĩa Quân dọc bờ sông, do Việt cộng – tiền thân của c.s.V.N. – dùng chiến thuật "biển người" hoặc "tiền pháo hậu xung" để tấn công, tôi biết rõ; vì tôi từng tháp tùng.

Giang Đoàn thường hành quân hoặc chuyển quân vào ban ngày. Việt cộng thường phục kích tại những khúc sông hẹp hoặc những khúc quanh ngặc. Khi đoàn chiến đỉnh giang hành qua những đoạn sông đó thế nào cũng bị Việt cộng dùng B41/B41 bắn trực xạ; thường nhắm vào chiếc Commandement (chiến đỉnh chỉ huy); vì chiến đỉnh này gắn nhiều "ăng-ten" và súng cối.

Khi nào cũng vậy, bị Việt cộng bắn lén, đoàn chiến đỉnh cũng "ủi" thẳng vào nơi phát ra tiếng B-40/B41 rồi phản công một cách dữ dội. Việt cộng "chém vè", nhưng vẫn bị súng cối và súng máy từ chiến đỉnh bắn theo. Chỉ có Trời mới biết được bao nhiêu Việt cộng đã gục ngã!

Những lần tiếp cứu các đồn Nghĩa Quân cạnh bờ sông, thường xảy ra vào ban đêm. Khi đến gần đồn, đoàn chiến đỉnh bắn hỏa châu soi sáng cả vùng. Tôi thấy nón tai bèo hoặc đầu người cứ "lố nhố", nhấp nhô/nhấp nhô xa dần bờ sông. Nhưng, sau vài phát súng cối hoặc vài tràng súng máy từ chiếc Commandement/chiếc Monitor Combat và hai chiếc Foms, đám người "lố nhố" đó gục ngã như sung rụng!

Bộ đội, đặc công và du kích của "ông Hồ" chết nhiều như thế, c.s.V.N. giấu không hết mà ông Trịnh Công Sơn lại viết ra rõ ràng *"một rừng xương khô", "một núi đầy mồ"* thì c.s.V.N. "dị ứng" là đúng rồi!

Và ba câu kế tiếp:

"... Mẹ trông con mau bước về nhà,
Mẹ mong con lũ con đường xa
Ôi lũ con cùng Cha quên hận thù!..."

Có phải ba câu trên đây Trịnh Công Sơn đã thiết tha kêu gọi đoàn quân c.s.V.N. khát máu đang cố vượt Trường Sơn xâm lăng miền Nam hãy *"mau bước về nhà"* – trở về Bắc Việt – đừng gây hận thù nữa hay không?

Và, qua hai câu cuối của ca khúc Gia Tài Của Mẹ, tôi nhận thấy, Trịnh Công Sơn không những là một nhạc sĩ tài hoa, một nhân vật trốn quân dịch rất ... "kiệt xuất" mà còn là một... "nhà tiên tri lỗi lạc".

Nếu không phải là "nhà tiên tri lỗi lạc" thì làm thế nào – từ hơn nửa thế kỷ trước – Trịnh Công Sơn đã tiên đoán được những điều sẽ xảy ra cho dân tộc Việt Nam nếu c.s.V.N. chiếm được miền Nam? Sự tiên đoán đó được diễn đạt rất rõ nét trong hai câu này:

"...Gia tài của Mẹ một bọn lai căng
Gia tài của Mẹ một lũ bội tình."

Dưới chính thể V.N.C.H., những gia đình nghèo khó, người con gái phải hy sinh, làm trong các quán "bars" – nơi quân nhân Hoa Kỳ thường đến giải khuây – để giúp em ăn học hoặc giúp Mẹ nuôi em; vì Cha đã tử trận. Vì hoàn cảnh kinh tế gia đình khó khăn như thế, những thiếu nữ và phụ nữ kém may mắn này nói tiếng Anh rất khó hiểu mà người nghe lại vui, nhưng, vì lịch sự, không dám cười. Tỷ dụ: *"Không sao đâu"*, họ nói *"No star where"*; thăm hỏi nhau: *"Anh/chị sao rồi?"*, họ hỏi *"You star ready?"* v.v... Thế mà lính Mỹ cũng hiểu và những thiếu nữ, phụ nữ đáng thương này nuôi sống được gia đình và báo hiếu được công Cha/nghĩa Mẹ.

Điều đáng thương hơn nữa nơi những thiếu phụ vì hoàn cảnh phải lấy Mỹ, là, khi Mỹ rút quân khỏi miền Nam Việt Nam, năm 1973, đa số phụ nữ lấy Mỹ đã không rời bỏ quê nghèo để theo chồng về Mỹ. Vì họ không chịu rời Quê Hương sang Mỹ, cho nên, con lai của họ cũng phải ở lại Việt Nam – để nhận không biết bao nhiêu đắng cay từ bạn hữu và người Việt cao tuổi!

Vì tinh thần yêu Quê Hương cao độ của những thiếu phụ miền Nam lấy Mỹ, mà, năm 1987, Hoa Kỳ phải đưa ra đạo luật Amerasian Home Coming Act, để đem về Mỹ gần 30.000 trẻ em Việt Nam lai Mỹ và gia đình của các em. [3]

Những điều nêu trên chứng minh rằng: Người Việt sống dưới chính thể V.N.C.H. không hề "lai căng", không hề "bội tình" đối với Quê Hương Việt Nam.

Ngược lại, từ sau ngày c.s.V.N. chiếm được miền Nam Việt Nam, cả triệu người Việt liều chết vượt biển hoặc vượt biên giới bằng đường bộ; sau đó, không biết bao nhiêu gia đình phải thế chấp tài sản để con của họ được xuất cảnh lao động, rồi ở lại luôn, không về! Không biết bao nhiêu thiếu nữ và phụ nữ Việt Nam chạy theo bất cứ người đàn ông ngoại quốc hoặc người đàn ông Á Đông nào có dáng vẻ "sang chảnh" như Việt Kiều – già mấy cũng được – thì "xáp" đến, "bám" ông ấy như... đỉa, với hy vọng được làm vợ ông ấy để thoát khỏi "thiên đường" c.s.V.N.! Không biết bao nhiêu gia đình đại gia, ngày trước Cha, Chú, Bác, anh, em xẻ Trường Sơn đánh Mỹ "kíu" nước, bây giờ "tuồn" qua Mỹ, *"đông như quân Nguyên"*! (4)

Việt Nam đã "được thống nhất!" gần 50 năm, tại sao người Việt không ở lại trong nước để hưởng "thái bình?" do c.s.V.N. "dựng" lên mà người Việt đành phải lìa xa Quê Mẹ để trở thành "bọn lai căng" và "lũ bội tình" – đúng như lời tiên đoán của Trịnh Công Sơn?

Câu hỏi này chỉ người Việt – không cộng sản – trong nước, mới có thể trả lời một cách thật lòng và chính xác!

1&2.- Bản tin cùng ngày/BBC.

3.- Thanh Trúc/RFA ngày 09/05/2015.

4.- Báo trong nước. Sorry, tôi không nhớ tên tác giả/tên báo điện tử đó.

MỤC LỤC

NHÂN ẢNH
2024

Liên lạc tác giả:
diepmylinh@rocketmail.com
P.O. Box 401
Alief, TX 77411

Liên lạc nhà xuất bản:
han.le3359@gmail.com
(408) 722-5626

www.ingramcontent.com/pod-product-compliance
Lightning Source LLC
LaVergne TN
LVHW032027041026
849517LV00008B/2785

* 9 7 9 8 8 6 9 3 9 2 8 9 3 *